അലിഗയിലെ കലാപം

aligayile kalapam
novelettes

•

k v mohankumar

•

first edition
november 2011

•

typesetting
star communications, thiruvananthapuram

•

published
chintha publishers, thiruvananthapuram

•

printed

•

illustration
namboothiri, baijudev, harikrishna j

•

cover
prasoon

വിതരണം

ദേശാഭിമാനി ബുക്ക് ഹൗസ്

H O തിരുവനന്തപുരം– 695 035
www.chinthapublishers.com
chinthapublishers@gmail.com

ബ്രാഞ്ചുകൾ

ഓവർബ്രിഡ്ജ് തിരുവനന്തപുരം • കെ എസ് ആർ ടി സി ബസ് സ്റ്റേഷൻ ആലപ്പുഴ • കെ എസ് ആർ ടി സി ബസ് സ്റ്റേഷൻ എറണാകുളം • ഐ ജി റോഡ് കോഴിക്കോട് • മാവൂർ റോഡ് കോഴിക്കോട് • എൻ ജി ഒ യൂണിയൻ ബിൽഡിങ് കണ്ണൂർ • സെൻട്രൽ ബസ് ടെർമിനൽ കോംപ്ലക്സ് താവക്കര കണ്ണൂർ • മച്ചിങ്ങൽ ലെയ്ൻ തൃശൂർ

CO - 1647 / 2792

അലിഗയിലെ കലാപം

(നോവലെറ്റുകൾ)

കെ വി മോഹൻകുമാർ

ചിന്ത പബ്ലിഷേഴ്സ്
തിരുവനന്തപുരം-695 035

കെ വി മോഹൻകുമാർ

കഥാകൃത്ത്, നോവലിസ്റ്റ്, മുൻ പത്രപ്രവർത്തകൻ. ഇപ്പോൾ പാലക്കാട് ജില്ലാ കലക്ടർ.

കൃതികൾ: *ശ്രാദ്ധശേഷം, ഹേ രാമ, ജാരനും പൂച്ചയും, ഏഴാമിന്ദ്രിയം* (നോവലുകൾ) *അകംകാഴ്ചകൾ, ഭൂമിയുടെ അനുപാതം, ക്നാവല്ലയിലെ കുതിരകൾ, അളിവേണി എന്തു ചെയ്‌വൂ!* (കഥാസമാഹാരങ്ങൾ) *ദേവി, നീ പറയാറുണ്ട്* (ഓർമ) *അപ്പൂപ്പൻമരവും ആകാശപ്പൂക്കളും* (ബാലസാഹിത്യം)

ജീവിത പങ്കാളി	:	രാജലക്ഷ്മി.
മക്കൾ	:	ലക്ഷ്മി, ആര്യ.
വിലാസം	:	സോപാനം, നവമി ഗാർഡൻസ്, ശ്രീകാര്യം പി ഒ, തിരുവനന്തപുരം- 17
ഇ- മെയിൽ	:	kvmohankumar@yahoo.com

ഉള്ളടക്കം

അലിഗയിലെ കലാപം

അലിഗയിലെ കലാപത്തിൽ മരിച്ചത് അയാളാണെങ്കിൽ, അത് മറ്റാരുമല്ല, അയാൾതന്നെ.

-ക്രിസ്തുദാസ്

നിങ്ങൾ ക്രിസ്തുദാസിനെ അറിയുമോ എന്നെനിക്കറിയില്ല സഹപാഠി എന്നതിലുപരി എനിക്കയാൾ വിപ്ലവകാരിയായ ക്രിസ്തുദാസായിരുന്നു. എന്റെ യുവത്വത്തിന്റെ ശൈശവത്തിൽ അയാൾ മുഴക്കിയ വസന്തത്തിന്റെ ശംഖനാദം ഞാനെങ്ങനെ മറക്കാൻ?

ഞാനൊരു ഭീരുവായിരുന്നു.

അയലത്തെ ജാനൂന്റെ ചോളിയുടെ മറവിൽ വീർപ്പുമുട്ടിയിരുന്ന രഹസ്യങ്ങൾപോലെ വിപ്ലവവും എന്നെ സദാ അസ്വസ്ഥനാക്കിയിരുന്നു. രണ്ടും കൽപ്പിച്ച് അടുക്കാൻ ശ്രമിച്ചപ്പോഴേക്കും ജാനൂന്റെ കാര്യത്തിലെന്നപോലെ ഒരുൾക്കിടിലം, വിരലുകളിൽ പെരുപ്പ്-

ഉറങ്ങാൻ കിടന്നാൽ,

വേട്ടനായ്ക്കളെപ്പോലെ വീടു വളയുന്ന പൊലീസ് വണ്ടികൾ.

വിസിൽ വിളി.

അമ്മയുടെ നീർവറ്റിയ കൺതടങ്ങളിലെ പരിഭ്രാന്തി.

പകലുകളിൽ എന്നും ഞാനൊരു വിപ്ലവകാരിയോ പ്രസ്ഥാനത്തിന്റെ സഹയാത്രികനോ ആയിരുന്നു. രാവിരുളുന്നതോടെ ഭീതി രാപ്പനിപോലെ എന്നെ പിടികൂടുകയായി. വിപ്ലവം എനിക്ക് സമ്മാനിച്ച രാപ്പനിക്കിടക്കയിൽക്കിടന്ന് ഓരോ രാത്രിയിലും ഞാൻ ശപഥമെടുക്കും.

പകൽ മുഴുവൻ അധ്വാനിച്ചു തളർന്നുറങ്ങുന്ന പാവം എന്റെ അമ്മയ്ക്കു വേണ്ടി.

അമ്മയുടെ മനസിന് സമാധാനം.

സമാധാനം

സമാധാനം

ഭൂമിയിൽ രാത്രികളില്ലായിരുന്നുവെങ്കിൽ, സത്യം, എനിക്കുറപ്പുണ്ട്. ഞാനൊരു വിപ്ലവകാരിയായിത്തീരുമായിരുന്നു.

വിപ്ലവത്തിന് ശീവേലിയിലെ തീവെട്ടിയുടെ പ്രഭയാണ്. രക്തത്തിന്റെ നിറവും മണവുമാണ്.

തിരയുതിർന്ന തോക്കിൻകുഴലിലൂടെ പ്രസരിക്കുന്ന തീപ്പുകയുടെ ഉശിരാണ്.

വിപ്ലവത്തിന് ഇതല്ലാതെ അസ്തിത്വമില്ലെന്ന അറിവാകണം ക്രിസ്തുദാസിന്റെ ഒളിച്ചോട്ടത്തിനിടയാക്കിയത്.

അബദ്ധത്തിൽ വിരൽ മുറിഞ്ഞൊഴുകുന്ന രക്തംപോലും കണ്ടുനിൽക്കാനുള്ള കരുത്ത് അയാൾക്കില്ലായിരുന്നു. അങ്ങനെയാണല്ലോ ക്രിസ്തുദാസ് ജീപ്മെറിലെ ഒന്നാം വർഷ മെഡിസിൻപഠനം ഇട്ടെറിഞ്ഞ് സമ്പദ്ശാസ്ത്രം ഐച്ഛികമായെടുത്ത് എന്റെ സഹപാഠിയായി വന്നു ചേർന്നത്.

തുടർന്നുള്ള എന്റെ പകലുകൾ ക്രിസ്തുദാസ് അറിയാതെ തന്നെ നിയന്ത്രിക്കുകയായിരുന്നു.

ക്രിസ്തുദാസിന്റെ സ്റ്റഡീക്ലാസ്

മോട്ടിലാൽ ലൈബ്രറിയിലെ ബാബു രഹസ്യമായി തരുന്ന *കോമ്രേഡ് മാസിക*, പുസ്തകങ്ങൾ–

ഷേസ് ഗറില്ലാ വാർ.

ഇന്ത്യൻ തടവറയിൽ അഞ്ചു വർഷം (മേരി ടെയ്‌ലർ)

ചരിത്രം എന്നെ കുറ്റക്കാരനല്ലെന്നു വിധിക്കും (കാസ്ട്രോ)

ലു ഷാവ് കി.

എംഗൽസ്.

നെരൂദ..

രൂപത്തിൽ ക്രിസ്തുദാസുമായി എനിക്ക് എന്തോ ചില സാമ്യങ്ങളുണ്ടായിരുന്നു.

ആറടി രണ്ടിഞ്ച്. പിന്നിലോട്ട് അലക്ഷ്യമായി കോതിയിട്ട മുടി. താടി മീശ. അയഞ്ഞു തുടങ്ങിയ പരുക്കൻ ജൂബ്ബ. ഡ്രൂപ്പിങ് നോസ്–

ക്രിസ്തുദാസ്

സംശയമില്ല. അലിഗയിലെ കലാപത്തിൽ മരിച്ചതയാൾ തന്നെ. എങ്കിലും അതയാളാവരുതേ എന്നാണെന്റെ പ്രാർഥന.

എന്റെ പ്രാർഥന.

നിങ്ങൾ കരുതുംപോലെ ഞാൻ ദൈവഹിതങ്ങളുടെ തടവുകാരനല്ല. അലിഗ തെരുവ് അവസാനിക്കുന്നിടത്തെ എന്റെ വാസസങ്കേതത്തിൽ ദൈവങ്ങൾ രണ്ടു നാടൻപൂച്ചകളും അവിചാരിതമായി ചുമരിൽ പ്രത്യക്ഷപ്പെടാറുള്ള ചന്ദനനിറമുള്ള ഗൗളികളും വേഷംമാറി വരാറുള്ള പൂമ്പാറ്റകളുമാണ്.

അലിഗയിലെ കലാപം

കെ വി മോഹൻകുമാർ

ദൈവം വരുംകാലങ്ങളിലേക്കുറ്റു നോക്കുന്നവനാണെങ്കിൽ എന്റെ പൂച്ചകളുമതെ.

അലിഗയിൽ വരാനിരിക്കുന്ന കലാപത്തെക്കുറിച്ച് അവ അസ്വസ്ഥമായിരുന്നു

സ്പൃഹ – എന്റെ പൂച്ചക്കുട്ടി.

അവൾ വാലും വിറപ്പിച്ച് അസ്വസ്ഥയായി വരാന്തയിലൂടെ അങ്ങോട്ടുമിങ്ങോട്ടും പരിഭ്രാന്തയായി ഉലാത്തിക്കൊണ്ടേയിരുന്നു.

പാത്തുംപതുങ്ങിയും അവളെ സന്ദർശിക്കാറുള്ള മനുവും എനിക്കു വളർത്തുപൂച്ചയെപ്പോലെയാണ്.

ഞാൻ നേരത്തേ സൂചിപ്പിച്ചതുപോലെ ആ ദിവസങ്ങളിൽ സ്പൃഹയും മനുവും അസ്വസ്ഥരായിരുന്നു.

അന്നു സംഭവിച്ചതിതാണ്.

സ്പൃഹ പതിവില്ലാതെ വാലു വിറപ്പിച്ചു വന്ന് എന്റെ കാൽവിരലിൽ കടിച്ചു. എന്റെ വിരലിൽ മുറിവേൽപ്പിക്കണം എന്ന ഉദ്ദേശ്യത്തോടെയാണവൾ കടിച്ചതെന്ന കാര്യം പിന്നീടാണ് മനസിലാക്കിയത്. പെരുവിരലിനോടു ചേർന്നുള്ള രണ്ടാം വിരൽതന്നെ അതിനായി അവൾ തെരെഞ്ഞെടുത്തത് കുറച്ചു നേരത്തേക്കെങ്കിലും എനിക്കു പാദരക്ഷ ധരിക്കാനാവരുതെന്നും വീടുവിട്ട് ഞാൻ പുറത്തിറങ്ങരുതെന്നുമുള്ള ഉദ്ദേശ്യത്തോടെയാവണം.

എന്റെ വിരലിൽ മുറിവേൽപ്പിച്ചതും അവൾ എവിടേക്കോ ഓടിപ്പോയി. പിന്നീടവൾ മടങ്ങി വന്നില്ല.

അൽപ്പം കഴിഞ്ഞ് മനു പമ്മിപ്പമ്മി എന്റെ മുറിയിലേക്കു വന്നു. വാതിൽക്കൽ അൽപ്പനേരം അറച്ചുനിന്നിട്ട് എന്റെ പാദങ്ങൾക്കരികെ വന്ന് മൂക്കു വിറപ്പിച്ചു. എന്നെ നോക്കി ദൈന്യഭാവത്തിൽ ഒന്നു ഞരങ്ങിയിട്ട് ഏതോ കുറ്റബോധത്താലെന്നോണം ശിരസ് കുമ്പിട്ട് അവനും വാതിൽപ്പടി കടന്നുപോയി.

അലിഗയിലെ മനുഷ്യന്റെ അവസ്ഥാന്തരത്തിൽ പരിതപിക്കുകയായിരുന്നു അവനെന്ന് ഇപ്പോൾ ഞാനറിയുന്നു. അലിഗ വലിയൊരു കലാപത്തിന്റെ ഉമിക്കുനയായിരുന്നുവെന്ന് ഞാനെന്നല്ല, ആരുമറിഞ്ഞിരുന്നില്ല.

അലിഗ–

എനിക്കതിന്റെ അർഥമറിയില്ല. എങ്കിലുമാ പദമെന്നെ മഥിച്ചിരുന്നു.

ഗ്രാമപഥങ്ങൾ ചുവപ്പും നീല ചേർന്ന കറുപ്പും ധമനികൾപോലെ അലിഗയിൽ വന്നുചേരുന്നു. എനിക്കു തിരിച്ചും തോന്നാറുണ്ട്. ധമനികൾ അലിഗയിൽ നിന്നാരംഭിക്കുകയല്ലേ?

അലിഗ വിപണനത്തെരുവിന്റെ ഏതാണ്ട് നടുവിലാണെന്നു പറയാം ബീവിയുടെ ആരാധനാലയം. ബീവി അലിഗയുടെ പരമാത്മാവായിരുന്നു. ഓർമവച്ച നാൾമുതൽ അതവിടെയുണ്ട്. അലിഗയുടെ ആത്മാവിനോടൊട്ടിച്ചേർന്ന് വളർച്ചയോ മുരടിച്ചയോ ഇല്ലാതെ ബീവിയെന്ന പരംപൊരുൾ.

പുലർച്ചെ ബീവി പള്ളിയുണരുക രാമയ്യന്റെ വംശക്കാരുടെ ശംഖനാദം കേട്ടാണ്. നീരാട്ടുകഴിഞ്ഞ് ബീവിയുടെ നനവാർന്ന മുടിയുണക്കാൻ കാർമലീറ്റൻസഭയിലെ സന്യാസിനിമാർ കുന്തിരിക്കം പുകയ്ക്കും. അലിഗയിലെ മുസൽമാന്മാർ ബീവിപ്പള്ളിയെന്നു വിളിക്കുന്ന ആരാധനാലയത്തിനു മുന്നിൽ വിരിച്ച പുൽപ്പായകളിൽ നിസ്കരിക്കും. തെരുവിലെ ചെരിപ്പുകുത്തികളും വഴിവാണിഭക്കാരും ആവിപറക്കുന്ന പ്രാതൽ ബീവിയെ ധ്യാനിച്ച് മൂടി പാതി നീക്കി തുറന്നുവയ്ക്കും.

രാമയ്യന്റെ ആൾക്കാർ നെറ്റിയിൽ കൊമ്പുപോലെ മുഗ്ഗോപിയിട്ടവർ, കൺപോളകൾ പാതിയടച്ച്, തായേ രാജ രാജേശ്വരീ, മഹാമായേ എന്നുരുവിടും.

ഒഴിവുദിനങ്ങളിൽ അലിഗയുടെ ആകാശവിതാനങ്ങളിൽ ഭൂമിയിലേക്കുറ്റുനോക്കി വാലറ്റം വിറപ്പിക്കുന്ന പഞ്ചവർണക്കിളികളെപ്പോലെ കടലാസുപട്ടങ്ങൾ നിരക്കും. ഉച്ചവെയിൽ ആറുന്നതോടെ ചെറുപ്പക്കാർ മരത്തണലുകൾ ചെറുകുഴികൾ തോണ്ടി 'സായു' കളിക്കും. പെൺകുട്ടികൾ അന്നേരം മേൽവസ്ത്രം ഇളക്കി, ഉടുപുടവ കണങ്കാലോളമുയർത്തി, വട്ടത്തിൽ ചുവടു വയ്ക്കുകയോ കൂട്ടം കൂടിയിരുന്നു സൊറ പറയുകയോ ആയിരിക്കും. രാമയ്യന്റെ വംശക്കാർ വ്യാപാരശാലകളിലെ പണപ്പെട്ടികൾക്കു കാവലിരിക്കുന്ന ഭൂതങ്ങളെപ്പോലെ, ഒരു കയ്യിൽ പനയോല വീശറിയേന്തി, മുറുക്കിച്ചുവപ്പിച്ച വായ പാതി തുറന്നുവച്ച് വണ്ടു മുരളുന്നതുപോലെ മുരണ്ട് പകൽ മയക്കത്തിലാണ്ടിരിക്കും.

ജീവിതത്തിന്റെ അർഥതലങ്ങൾ ഓർമപ്പെടുത്തുമാറ് ആണ്ടറുതിയിലെത്താറുള്ള സൈക്കിൾ യജ്ഞക്കാരും ചെറു സർക്കസ് കമ്പനിക്കാരും

ത്രികാലജ്ഞാനികളായ തത്തകളെ തടവിലാക്കിയ കൂടുംപേറി ഇടയ്ക്കിടെ കടന്നുവരാറുള്ള പക്ഷിശാസ്ത്രക്കാരികളുമൊക്കെ അലിഗയ്ക്കു ശിവകാശിച്ചിത്രങ്ങളുടെ നേർമ നൽകിയിരുന്നു.

പതിവായി ഞാൻ കാണാറുള്ള ഗാഗ്രാ ചോളിയണിഞ്ഞ വെളുത്ത് കൊലുന്നനെയുള്ള ആ പെൺകുട്ടി, മൈത്രിയെന്നായിരുന്നു അവളുടെ പേര്, എന്റെ ദൈവവേഷക്കാരായ പൂമ്പാറ്റകളിലൊന്നിനെപ്പോലെ അലിഗത്തെരുവിലൂടെ പുലർച്ചെയും വൈകിട്ടും നടന്നുപോയിരുന്നു.

തനിച്ചായിരുന്നില്ല, മൈത്രിയുടെ അരിപ്രാവുകൾ സദാ അവളെ ചൂഴ്ന്നു നിന്നിരുന്നു.

അലിഗയുടെ ശാന്തതയിലേക്ക് ഒരുനാൾ രണ്ടുകാക്കിക്കുപ്പായക്കാർ കടന്നുവന്നു. ഭൂമിക്കു സമാന്തരമായി ലാത്തിപിടിച്ച് പട്ടീസ് ചുറ്റിയ കാലുകളെ ഭദ്രമായി കവചംചെയ്യുന്ന ബൂട്ടുകൾ അമർത്തിച്ചവിട്ടി, അലിഗയുടെ ഹൃദയധമനികളിലൂടെ അവർ തലങ്ങും വിലങ്ങും നടന്നു.

ബീവിയുടെ ആരാധനാലയത്തിന്റെ പാർശ്വത്തിലായി, ഒഴിഞ്ഞുകിടന്ന കടമുറിയിൽ രണ്ടുകസേരകളും ഒരു തടിമേശയും പിടിച്ചിട്ട് ഏറിയനേരവും അവർ അവിടെയിരുന്ന് അലിഗയെ വീക്ഷിച്ചു.

ഒരുദിവസം നഗരത്തിൽനിന്ന് ഇരമ്പിപ്പാഞ്ഞു വന്ന കാക്കി ധരിച്ച ജീപ്പ് കടമുറിക്കു മുന്നിൽ മുക്രയിട്ടു. 'പൊലീസ് ഔട്ട് പോസ്റ്റ്' എന്ന് വെളുപ്പിൽ ചുവപ്പുകൊണ്ടെഴുതിയൊരു ബോർഡ് രണ്ടു കാക്കിക്കാർ ജീപ്പിൽ നിന്നിറക്കി കടമുറിക്കു മുന്നിൽ തൂക്കി.

അന്നുമുതൽ കാക്കിധാരികളുടെ എണ്ണം നാലോ അഞ്ചോ ആയി. രണ്ടാൾ എപ്പോഴും കനത്ത ബൂട്ടിന്റെ ചവിട്ടടികളാൽ അലിഗയെ പ്രകമ്പനം കൊള്ളിച്ച് തെരുവിലൂടെ ഉലാത്തിക്കൊണ്ടിരിക്കും.

അലിഗയിലേക്ക് സർക്കാർ നിയോഗിച്ച ശാന്തിദൂതന്മാരായിരുന്നു അവർ. അലിഗയിലെ മരത്തണലുകളെ ശബ്ദായമാനമാക്കിയിരുന്ന സായുകളിക്കാര് ചെറുപ്പക്കാരെ അവർ ലാത്തി ചുഴറ്റി വിരട്ടിയോടിച്ചു. തെരുവുകളിൽ ഓടി നടന്ന് പട്ടം പറത്തിയിരുന്ന കുട്ടികൾക്ക് നേർക്ക് കണ്ണുരുട്ടി. അലിഗയുടെ ആകാശവിതാനത്തിൽ നൂൽപൊട്ടിയ പട്ടങ്ങൾപോലെ തെരുവിൽ കുട്ടികൾ ചിതറിയോടി. ഉടുപുടവ ഉയർത്തി ചുവടു വയ്ക്കുകയായിരുന്ന പെൺകുട്ടികളുടെ കണങ്കാലുകളുടെ നഗ്നതയിലൂടെ അവരുടെ കണ്ണുകൾ സായുഗോലികൾപോലെ ഉരുണ്ടുകയറി.

രാമയ്യന്റെ വംശക്കാരനായ സീതാഭിരാമയുടെ പലചരക്കുകടയിലെ എടുത്തുകൊടുപ്പുകാരൻ കുഞ്ഞാലി പിടിയിലായതോടെയാണ് കാക്കിധാരികളുടെ വരവിന്റെ മഹത്വം അലിഗ അറിഞ്ഞുതുടങ്ങിയത്.

ഓർമവച്ച നാൾമുതൽ സീതാഭിരാമയുടെ കടയിലെ എടുത്തുകൊടുപ്പുകാരനായിരുന്നു കുഞ്ഞാലി. അലിഗ വിപണനത്തെരുവിന്റെ കോണിൽ സീതാഭിരാമയുടെ മറ്റൊരു കടമുറിയോടു ചേർന്നുള്ള ഒറ്റച്ചായ്പിലായിരുന്നു കുഞ്ഞാലിയും കുടുംബവും പാർത്തിരുന്നത്. ഭാര്യയും നാലഞ്ചു കുഞ്ഞുങ്ങളുമുള്ള വലിയൊരു കുടുംബമായിരുന്നു കുഞ്ഞാലി

യുടേത്. പിശുക്കനും അറുത്ത കൈയ്ക്ക് ഉപ്പു തേയ്ക്കാത്തവനുമായ സീതാഭിരാമ കൊടുക്കുന്ന തുച്ഛമായ ദിവസക്കൂലിയും വൈകിട്ട് കട തൂത്തുവാരുമ്പോൾ കിട്ടുന്ന അരിയും മുളകും പരിപ്പുമായിരുന്നു കുഞ്ഞാലിയുടെ കുടുംബത്തിന്റെ ജീവിതമാർഗം. അവ തൂക്കിക്കൊടുക്കുന്നതിനിടെ തൂവിപ്പോകുന്നവയായതിനാൽ സീതാഭിരാമ അറിഞ്ഞോ അറിയാതെയോ കണ്ണടച്ചിരുന്നു.

രാത്രി വൈകി, പൊതിഞ്ഞുകെട്ടിയ അരിയും മുളകും പരിപ്പുമായി പോകുന്നതിനിടെയാണ് കുഞ്ഞാലി കാക്കിധാരികളുടെ പിടിയിലകപ്പെട്ടത്.

കുഞ്ഞാലിയെ അന്നവർ വിട്ടില്ല. ചോദ്യവും ഭേദ്യവുമായി രാവ് വെളുപ്പിച്ചു. നേരം പുലർന്നതോടെ കുഞ്ഞാലിയിൽനിന്ന് പിടിച്ചെടുത്ത നേരിന്റെ തൊണ്ടിനുറുങ്ങുകളുമായി അയാളെ കയ്യാമംവച്ച് കാക്കിധാരികൾ സീതാഭിരാമയുടെ കടയിലെത്തി.

കാക്കിക്കാർ വെളിപ്പെടുത്തിയ സത്യത്തിന്റെ വെടിയൊച്ചകേട്ട് സീതാഭിരാമ മൂന്നുവട്ടം വൈകുണ്ഠദേവനെ വിളിച്ചു.

അരിയും മുളകും പരിപ്പും തൂക്കിക്കൊടുക്കുമ്പോൾ കുഞ്ഞാലി അറിഞ്ഞുകൊണ്ടുതന്നെ കുറച്ച് നിലത്തു തൂവിച്ചിരുന്നുവത്രെ.

സീതാഭിരാമയുടെ മുഗ്ഗോപി മറപിടിച്ചിരുന്ന മൂന്നാംകണ്ണ് കോപംകൊണ്ടു ജ്വലിച്ചു.

“വഞ്ചകാ” സീതാഭിരാമ ശപിച്ചു: “അന്നം തന്ന കൈക്ക് കടിച്ച നായേ...”

കാൽക്കൽ കുമ്പിട്ടു വീണ കുഞ്ഞാലിയെ ഇടങ്കാൽകൊണ്ട് തട്ടി മാറ്റി സീതാഭിരാമ പണപ്പെട്ടി തുറന്നു കശക്കി. ഏതാനും നാണയത്തുട്ടെടുത്ത് കാക്കിധാരികളുടെ തുറന്ന കീശയിലിട്ടു.

മോഷണം, വിശ്വാസവഞ്ചന തുടങ്ങി ആറോളം കുറ്റങ്ങളുടെ എടുക്കാഭാരവുമായി കുഞ്ഞാലിയെ കാക്കിക്കാർ സീതാഭിരാമയുടെ കടയിറക്കി നിർത്തി. അലിഗയിലെ തെരുവു മുഴുവൻ സീതാഭിരാമയുടെ കടയുടെ മുന്നിൽ അണി നിരന്നിരുന്നു. തെരുവ് വീർപ്പടക്കി നിൽക്കെ, കാക്കിക്കാർ ആമംവച്ച കുഞ്ഞാലിയെ കഴുത്തിനു പിടിച്ചു മുന്നിലേക്കു തള്ളി നിർത്തി ആക്രോശിച്ചു:

“നിയമം ഒറ്റവന്മാരേം വെറുതേ വിടത്തില്ല. മരിയാദയ്ക്ക്” ആൾക്കൂട്ടത്തിന്റെ ഭയാക്രാന്തമായ കണ്ണുകളിലൂടെ കാക്കിധാരികൾ കനത്ത ബൂട്ടിട്ട നോട്ടം പായിച്ചു. “മരിയാദയ്ക്ക് ജീവിച്ചോണം. എല്ലാ അവന്മാരും’

രാമയ്യന്റെ വംശക്കാരായിരുന്നു അലിഗയിലെ വിപണനരംഗത്ത് ആധിപത്യം പുലർത്തിയിരുന്നത്.

അന്നു വൈകിട്ട് സീതാഭിരാമയുടെ വീട്ടുമുറ്റത്ത് വ്യാപാരികളുടെ യോഗം ചേർന്നു. രാമയ്യന്റെ വംശക്കാർ ഒരേ സ്വരത്തിൽ പറഞ്ഞു: “അന്ത ജോനകപ്പരിഷകളെ നമ്പക്കൂടാത്. നമ്മ ആൾ താൻ നല്ലവർ.”

കുഞ്ഞാലിയുടെ വംശക്കാരെ കടകളിൽനിന്നു പറഞ്ഞുവിട്ടു. പകരം സ്വന്തം ആൾക്കാരെ നിയമിച്ചു–

അലിഗയിലെ കലാപത്തിന്റെ ബീജം സീതാഭിരാമയുടെ കടത്തിണ്ണയിൽ മുളപൊട്ടുകയായിരുന്നു. അഥവാ വ്യവസ്ഥിതിയുടെ അനാവശ്യമായ ഇടപെടലുകൾ അലിഗയുടെ സ്വച്ഛതയിൽ അസ്വാസ്ഥ്യത്തിന്റെ ഉൽക്കകളായ് വന്നു വീഴുകയായിരുന്നു. ക്രിസ്തുദാസ് അലിഗയിൽ വരാനുണ്ടായ സാഹചര്യമെനിക്കറിയില്ല. കലാപങ്ങളുടെ പരിണതികളെ പ്രതീകവൽക്കരിക്കാൻ അയാൾ എവിടെനിന്നോ വന്നുചേർന്നതാവണം.

രണ്ട്

മുരാരിത്തെരുവിലേക്കുള്ള രണ്ടാമത്തെ വളവും കഴിഞ്ഞു. ഞാൻ ഓട്ടോ ഡ്രൈവറോടു പറഞ്ഞു:

“ഇവിടെയിതാ ഇടത്തോട്ടും വലത്തോട്ടും നിരത്ത് വേർതിരിയുന്നു. ഏതു ഭാഗത്തൂടെ പോയാലാണ് മുരാരിത്തെരുവിലെത്തുകയെന്ന് നിങ്ങൾക്കെന്നല്ല, എനിക്കുമറിയില്ല.”

അയാൾ വണ്ടി ഒരു കടയ്ക്കു മുന്നിൽ നിർത്തി.

അതൊരു കളിപ്പാട്ടക്കടയായിരുന്നു.

വസൂരിക്കല പടർന്ന മുഖമുള്ള കളിപ്പാട്ടക്കടക്കാരനോട് അയാൾ ചോദിച്ചു: “മുരാരിത്തെരുവ്?”

"മുരാരിത്തെരുവിൽ?"

കളിപ്പാട്ടക്കച്ചവടക്കാരന്റെ മറുചോദ്യത്തിനു മുന്നിൽ അയാൾ പരുങ്ങുന്നതു കണ്ട് ഞാനിറങ്ങിച്ചെന്നു.

"നിങ്ങൾക്കെവിടേക്കാണ് പോകേണ്ടത്?"

കടക്കാരൻ എന്നോട് തിരക്കി.

"അവിടെ കുട്ടികളുണ്ടോ? ഉണ്ടെങ്കിൽ ഇതാ കാലഘട്ടത്തിനുതകുന്ന അതിമനോഹരമായ കളിപ്പാട്ടങ്ങളിലൊന്നു വാങ്ങിക്കൊണ്ടു പോകൂ..."

കടയ്ക്കു മുന്നിൽ വിൽപ്പനയ്ക്കായി പ്രദർശിപ്പിച്ചിരുന്ന യന്ത്രത്തോക്കുകളിൽ ഒന്ന് അയാൾ കയ്യിലെടുത്തു.

കടക്കാരന്റെ വിൽപ്പനതന്ത്രത്തിൽ പൊതിഞ്ഞ കുശലാന്വേഷണം എനിക്കു മനംപുരട്ടലുണ്ടാക്കി. അതേസമയം ക്രിസ്തുദാസിന്റെ വീടു കണ്ടുപിടിക്കുക എന്ന ദുഷ്കരമായ കൃത്യത്തെക്കുറിച്ചോർത്തപ്പോൾ...

"ക്രിസ്തുദാസിന്റെ" ഞാൻ പറഞ്ഞു. "പ്രസ്ഥാനത്തിന്റെ ഊടും പാവുമായിരുന്ന" ക്രിസ്തുദാസിന്റെ..."

കളിപ്പാട്ടക്കച്ചവടക്കാരന്റെ മുഖത്ത് വസൂരിക്കലകൾക്കു പിന്നിൽ ഒളിഞ്ഞുകിടന്ന പേശികൾ ഒന്നൊന്നായി എഴുന്നു വരുന്നുണ്ടായിരുന്നു. കയ്യിലിരുന്ന യന്ത്രത്തോക്കിന്റെ കാഞ്ചിയിൽ അയാൾ വിരലമർത്തി. തോക്കിന്റെ ഇരട്ടക്കുഴലിലൂടെ കുറേ വെടിയൊച്ചകൾ ഉതിർത്തിട്ടു.

"ക്രിസ്തുദാസ്" വെടിനിർത്തൽ പ്രഖ്യാപിച്ചുകൊണ്ടയാൾ പറഞ്ഞു: "അയാൾ എന്നേ മരിച്ചു."

"ക്രിസ്തുദാസ്"

ഞാനമ്പരന്നു.

"ഉവ്വ്" അയാൾ നിർവികാരനെപ്പോലെ പറഞ്ഞു: "ഞങ്ങൾക്കയാൾ എന്നേ മരിച്ചു. പ്രസ്ഥാനത്തെ ലക്ഷ്യത്തിലെത്തിക്കും മുമ്പേ പിന്തിരിഞ്ഞോടിയ ഭീരു. റെനിഗേഡ്."

കളിപ്പാട്ടക്കച്ചവടക്കാരൻ യന്ത്രത്തോക്ക് താഴെ വച്ചു.

അയാൾ വിൽപ്പനയ്ക്കു വച്ചിരുന്ന കളിപ്പാട്ടങ്ങളുടെ പൊതുസ്വഭാവം അപ്പോഴാണ് ഞാൻ ശ്രദ്ധിച്ചത്. യന്ത്രത്തോക്കുകളും മിസൈലുകളും പീരങ്കികളും അടങ്ങുന്ന വലിയൊരു യുദ്ധസന്നാഹത്തിന്റെ കോപ്പു കൂട്ടലായിരുന്നു അയാളുടെ കളിപ്പാട്ടക്കട. പാവകളോ കിലുക്കാംപെട്ടികളോ അവയ്ക്കിടയിൽ ഇല്ലായിരുന്നുവെന്നത് എന്നെ തെല്ലൊന്ന് അസ്വസ്ഥനാക്കി.

"സുഹൃത്തേ" അയാൾ എന്റെ ശ്രദ്ധ കളിപ്പാട്ടങ്ങളിൽ നിന്നകറ്റി. "വിപ്ലവകാരി വർഗസ്നേഹിയാവണം. മനുഷ്യസ്നേഹിയാവരുത്. അയാൾ ഒരിക്കലും അഹിംസയുടെ അവതാരമാകരുത്. ക്രിസ്തുദാസിനു പറ്റിയ അബദ്ധമതായിരുന്നു.

സുഹൃത്തേ നിങ്ങൾ ചിന്തിച്ചിട്ടുണ്ടോ? മനുഷ്യശരീരം കീറിമുറിക്കാവുന്ന പരുവത്തിൽ പ്രകൃതി രൂപപ്പെടുത്തിയിരിക്കുന്നതെന്തിനാണ്?

കുടൽമാലകളെ എല്ലുകളുടെ കവചങ്ങളിൽ ഒളിപ്പിച്ചുവയ്ക്കാതെ, ഏറെ മൂർച്ചയില്ലാത്തൊരു കത്തിക്കുപോലും കിഴിഞ്ഞിറങ്ങാവുന്നവിധത്തിൽ സംവിധാനം ചെയ്തിരിക്കുന്നതെന്തിനാണ്? ഹൃദയം നെഞ്ചിന്റെ ഇടതു ഭാഗത്തു പ്രതിഷ്ഠിച്ചിരിക്കുന്നതെന്തിനാണ്? പ്രതിയോഗികൾ നേർക്കു നേർ നിൽക്കുമ്പോൾ വലതുകൈയിലെ ആയുധത്തിന്റെ ലക്ഷ്യത്തിനു ഭംഗം വരാതിരിക്കാനല്ലെങ്കിൽ മറ്റെന്തിനാണ്? കഴുത്തിന്റെ ഘടന നോക്കൂ. ആവശ്യമെന്നു കണ്ടാൽ ഏതു നിമിഷവും അരിഞ്ഞു വീഴ്ത്താവുന്നവിധമല്ലേയത്?

നിങ്ങൾ സൃഷ്ടികർത്താവിൽ വിശ്വസിക്കുന്നുണ്ടോ? ഉണ്ടെങ്കിൽ അയാൾ നിങ്ങളും ഞാനും കരുതുന്നതിനേക്കാൾ ബുദ്ധിമാനും ദീർഘവീക്ഷണമുള്ളവനുമാണ്."

അയാളുടെ സംഭാഷണം കാടുകയറുകയാണെന്നെനിക്കു തോന്നി. ഞാൻപറഞ്ഞു:

"എനിക്കൽപ്പം തിരക്കുണ്ട്. ക്രിസ്തുദാസിന്റെ വീട്."

"ഉവ്വ്" അയാൾ അൽപ്പംകൂടി നിവർന്നു നിന്നു: "സുഹൃത്തേ, അതിലേക്കുതന്നെയാണ് ഞാൻ വരുന്നത്. നിങ്ങൾ ക്രിസ്തുദാസിന്റെ വീടന്വേഷിച്ചിറങ്ങിയിരിക്കുകയാണ്. നിങ്ങൾ ആലോചിച്ചു നോക്കൂ. വിപ്ലവകാരിക്ക് വീടിന്റെ ആവശ്യകതയെന്താണ്?"

ക്രിസ്തുദാസ് വീടിനെക്കുറിച്ചു ചിന്തിച്ചു. ജീവിതത്തെക്കുറിച്ചു ചിന്തിച്ചു. പ്രസ്ഥാനത്തിൽനിന്നയാൾ ഒറ്റപ്പെടാനുണ്ടായ സാഹചര്യമതായിരുന്നല്ലോ. സീതാലക്ഷ്മിയുമായുള്ള അടുപ്പം. സഹവാസം. അയാളുടെ വിപ്ലവബോധം നനഞ്ഞ വെടിമരുന്നാവുകയായിരുന്നു.

"സീതാലക്ഷ്മി?"

"ഓ, നിങ്ങൾക്കവരെ അറിയില്ല?" അയാൾ ചിരിച്ചു: "ക്രിസ്തുദാസിന്റെ സഹയാത്രിക, നാലഞ്ചു വയസിനു മൂപ്പുണ്ടവർക്ക്. പാവം സ്ത്രീ. എങ്ങും ഉറച്ചുനിൽക്കുന്ന പ്രകൃതക്കാരനായിരുന്നില്ല അയാൾ. ആയിരുന്നുവെങ്കിൽ ഒരു പുത്രനെ സമ്മാനിച്ചിട്ട് എല്ലാം ഇട്ടെറിഞ്ഞ് പോകുമായിരുന്നോ അയാൾ?"

"ക്രിസ്തുദാസിന്റെ പുത്രൻ?"

"നാലോ അഞ്ചോ വയസുണ്ടാവണം, അവന്" അയാൾ മുഖമുയർത്തി: "വീട് കണ്ടുപിടിക്കാൻ എളുപ്പമാവും. ഏതോ സർക്കാർ സ്കൂളിൽ പഠിപ്പിക്കുകയാണവർ. മുരാരിത്തെരുവിൽ നാലാമത്തെ വളവിലാണ് എൻ ജി ഒമാരുടെ ക്വാർട്ടേഴ്സ്. സീതാലക്ഷ്മിടീച്ചറുടെ വീട് ചോദിക്കുക. ക്രിസ്തുദാസിനെ ഇപ്പൊ ആരറിയാൻ? ആട്ടം കഴിഞ്ഞവരെ കാണികൾ മറക്കുക സ്വാഭാവികം."

അതും പറഞ്ഞ് അയാൾ യന്ത്രത്തോക്കെടുത്ത് എനിക്കു നീട്ടി.

"നിങ്ങൾ ഒരഞ്ചുവയസുകാരൻകുട്ടിയുള്ള വീട്ടിലേക്കാണല്ലോ പോകുന്നത്. ഈ കളിപ്പാട്ടം നിശ്ചയമായും അവനിഷ്ടപ്പെടും."

ക്രിസ്തുദാസിന്റെ പുത്രനെക്കുറിച്ച് ഞാനോർത്തു.

അവന്റെ ശൈശവസ്വപ്നങ്ങളുടെ ചിറകു മുരുക്കുന്ന ഭീതിദമായൊരു സത്യത്തെ അവനിതാ നേരിടാൻ പോകുകയാണ്.

ക്രിസ്തുദാസിന്റെ പുത്രാ!

നിന്റെ പിതാവിതാ അലിഗയിലെ മോർച്ചറിയുടെ ഉടൽ കോച്ചുന്ന തണുപ്പിൽ നിന്റെ വരവും കാത്തു കിടക്കുന്നു.

നിനക്കൊരു കളിപ്പാട്ടം തന്നാശ്വസിപ്പിച്ചിട്ട് ഞാനാ ക്രൂരമായ സത്യം നിന്നോടു പറയാം.

ഞാൻ പേഴ്സ് തുറന്ന് പണം കൊടുത്തു.

കളിപ്പാട്ടം ഏറ്റുവാങ്ങി.

അയാൾക്കു നന്ദി പറഞ്ഞ് ഓട്ടോയിൽ കയറി.

ക്രിസ്തുദാസിന്റെ വീടു തേടിയുള്ള എന്റെ യാത്ര മൂന്നാം ദിവസത്തിലേക്കു കടന്നിരിക്കുന്നു. അയാളുടെ ബന്ധുക്കളെക്കൂട്ടി നാളെയെങ്കിലും അലിഗയിൽ മടങ്ങിയെത്തണം.

അലിഗയിലെ പൊതുജനാരോഗ്യകേന്ദ്രത്തിന്റെ വളപ്പിൽ കൂട്ടിയിട്ട ശവങ്ങൾക്കിടയിലാണ് ഞാൻ ക്രിസ്തുദാസിനെ തിരിച്ചറിഞ്ഞത്. അത് ക്രിസ്തുദാസാണെങ്കിൽ!

അവകാശികളില്ലാത്ത ശവങ്ങൾ അലിഗയിലെ പൊതുശ്മശാനത്തിൽ ഗ്രാമ പഞ്ചായത്തുകാരുടെ മേൽനോട്ടത്തിൽ മറവു ചെയ്യുമായിരുന്നു. ഗ്രാമപഞ്ചായത്ത് സെക്രട്ടറി ഒരു കടുംപിടുത്തക്കാരനായിരുന്നു.

ക്രിസ്തുദാസിന്റെ ജഡം—അതു ക്രിസ്തുദാസിന്റേതാണെങ്കിൽ—ഏതാനും നാൾ ശീതീകരണിയിൽ സൂക്ഷിക്കണമെന്ന് അപേക്ഷിച്ചപ്പോൾ അയാൾ ആദ്യം വിസമ്മതിക്കുകയായിരുന്നു. ഒടുവിൽ ജഡം, എന്റെയൊരു ബന്ധുവിന്റേതാണോ എന്നു സംശയിക്കുന്നതായി പറഞ്ഞപ്പോൾ അയാൾ മുരണ്ടു: “നാലു ദിവസം നിങ്ങൾക്കു തരാം. അതിനുള്ളിൽ ഉറപ്പിച്ചില്ലെങ്കിൽ.” അയാൾ പൊതുശ്മശാനത്തിന്റെ ഭാഗത്തേക്ക് ധാർഷ്ട്യത്തോടെ വിരൽ ചൂണ്ടി: “ദാ, ആ കോണിൽ കുഴിമാന്തി നോക്കേണ്ടിവരും, ബന്ധുവിനെ കാണാൻ.”

അലിഗയിലെ മോർച്ചറിയിൽ ക്രിസ്തുദാസിന്റെ ജഡം എന്റെ മടക്കയാത്രയും പ്രതീക്ഷിച്ചു കിടക്കുകയാണ്.

ക്രിസ്തുദാസിന്റെ വീടന്വേഷിച്ച് ഞാൻ പുറപ്പെട്ടില്ലായിരുന്നെങ്കിലോ? ഓരോന്നോർത്തു നോക്കുമ്പോൾ ദുരൂഹതയുടെ പുതപ്പുകൾ എന്നെ വന്നുമൂടുകയാണ്.

അലിഗയിലെ കലാപത്തിൽ എത്രയോ പേർ മരിച്ചു?

ഇന്നത്തെ ഒരു ഇംഗ്ലീഷ് പത്രത്തിൽനിന്നാണ് അൽപ്പമെങ്കിലും വിശദമായ വിവരങ്ങൾ അറിഞ്ഞത്. പത്രത്തിലെ വാർത്തയുടെ ഉന്നം എന്നെ ഒട്ടൊന്നു മരവിപ്പിച്ചു.

മരിച്ചവരുടെ എണ്ണത്തിലായിരുന്നില്ല പത്രത്തിലെ തലക്കെട്ട് ഫോക്കസ് ചെയ്തിരുന്നത്.

അലിഗയിലെ കലാപം.

അനാഥമായത് നാൽപ്പതോളം കുടുംബം.

സത്യത്തിൽ ഓരോ കലാപത്തിന്റെയും ബാക്കിപത്രമിതല്ലേ എന്നു ഞാനാലോചിക്കാതിരുന്നില്ല.

കലാപത്തിൽ മരിച്ചവരുടെ എണ്ണം നാൽപ്പതിലും എത്രയോ അധികമാവണം.

മൈത്രി.

അവളുടെ അരിപ്രാവുകൾ.

ഒരുപക്ഷേ, എന്റെ പൂച്ചകളും.

ക്രിസ്തുദാസിനെ തേടിയുള്ള യാത്രയ്ക്കിടയിലാണറിഞ്ഞത്, അലിഗയിൽനിന്നൊരാൾ ട്രെയിനിൽ സഹയാത്രികനായുണ്ടായിരുന്നു. ഭീതിയുടെ ആൾരൂപമായിരുന്നു, അയാൾ.

ഭീതി അയാളുടെ വിളറിയ കണ്ണുകളിൽ, വിണ്ടുകീറിയ ചുണ്ടുകളിൽ അംഗവിക്ഷേപം കാട്ടാനുയർത്തിയ വിരൽത്തുമ്പുകളിൽ–

ജലവിതരണവിഭാഗം ജീവനക്കാരനായിരുന്നു അയാൾ.

കലാപം നടക്കുമ്പോൾ അലിഗത്തെരുവിനു നടുക്ക് ജലസംഭരണിയിലേക്കുള്ള കോണി കയറി മുകളിലെത്തിയിരുന്നു അയാൾ.

“ഭീമാകാരമായൊരു ജലസംഭരണി പെട്ടെന്നു തകർന്നാൽ എങ്ങനെയാവും.” അയാൾ ഭീതിയോടെ പറഞ്ഞു: “അതുപോലെയായിരുന്നു കലാപംപൊട്ടിപ്പുറപ്പെട്ടത്.”

അലിഗ മൈതാനത്തിന്റെ പല ഭാഗങ്ങളിലുമുള്ള വീടുകൾക്കു മീതേ ഒരേ സമയം തീ പടരുന്നതു കണ്ടു. ഞാൻ അലറിവിളിക്കാൻ തുടങ്ങിയതായിരുന്നു, എന്റെ ഒച്ച എവിടെയോ തടഞ്ഞു.

ജലസംഭരണികളുടെ ചോട്ടിലൂടെ ഒരു സംഘം എതിർദിശയിലുള്ള വീടുകളുടെ നേർക്കു കൊലവിളിച്ചോടുകയായിരുന്നു. അവരുടെ കൈകളിൽ ഉയർത്തിപ്പിടിച്ച പന്തങ്ങളും നീളൻവടികളും ഇന്ധനം നിറച്ച പ്ലാസ്റ്റിക് കന്നാസുകളും എന്തൊക്കെയോ ആയുധങ്ങളുമുണ്ടായിരുന്നു. കണ്ണിൽക്കണ്ട വാഹനങ്ങൾക്കെല്ലാം അവർ തീ വച്ചു.

കടകമ്പോളങ്ങൾ കത്തിച്ചു.

കുമിച്ചുയർന്ന പൊടിപടലവും പുകയും തീനാമ്പുകളും നിമിഷങ്ങൾക്കകം കലാപത്തിനു മേലാവരണമിട്ടു. പരിഭ്രാന്തരായ ജനങ്ങളോ കലാപകാരികളോ എന്നറിയില്ല, തലങ്ങും വിലങ്ങും ഓടുന്നുണ്ടായിരുന്നു. കൂട്ടനിലവിളി.

അലിഗയിൽ അന്നു ചന്തദിവസമായിരുന്നു.

ഉരുക്കളുടെ ദീനമായ നിലവിളിയായിരുന്നിരിക്കണം എല്ലാറ്റിനും മീതെ. കെട്ടുപൊട്ടിച്ചോടാനുള്ള വെമ്പലിൽ അവയ്ക്കു പേ പിടിച്ചിരുന്നു. കന്നാസുകളിൽ മിച്ചം വന്ന ഇന്ധനം അവർ ഉരുക്കളുടെമേലും ഒഴിച്ചിട്ടുണ്ടാവണം. തീയാളുന്ന വീർത്ത പള്ളകളുമായി അവറ്റകൾ ഭ്രാന്ത്പിടിച്ചോടുന്നതു കാണാമായിരുന്നു. എങ്ങും വെന്തമൂരിയിറച്ചിയുടെ മണം പരന്നു.

അലിഗ തെരുവോരത്തെ കൂരകളിൽ കടന്ന് കലാപകാരികൾ പെണ്ണുങ്ങളെ ബലം പ്രയോഗിച്ച് വലിച്ചിഴച്ചുകൊണ്ടുപോകുന്നതെനിക്കു കാണാമായിരുന്നു. നിങ്ങൾ അറിയുമോ എന്നെനിക്കറിയില്ല.

അലിഗ തെരുവിലൂടെ രാവിലെയും വൈകിട്ടും പതിവായി നടന്നുപോകാറുള്ളൊരു പെൺകുട്ടിയുണ്ട്, അരിപ്രാവുകൾക്കൊപ്പം അവൾ ഓടിയൊളിക്കാൻ ശ്രമിക്കുന്നതു കണ്ടു. ഒരു സംഘം അവളെ വളഞ്ഞു പിടികൂടി നാലഞ്ചാൾകൂടി എവിടേക്കോ ചുമന്നുകൊണ്ടുപോയി.

അവൾ ഞെരിപിരികൊള്ളുകയോ അലറിവിളിക്കുകയോ ചെയ്യുന്നുണ്ടായിരുന്നു. അവളെ എവിടേക്കാണവർ കൊണ്ടുപോയതെന്നറിയില്ല. തീ പടരുന്ന കൂരയുടെ മറയിലെവിടെയോ അവർ മാറിമാറി അവളെ

മാനഭംഗം ചെയ്തിട്ടുണ്ടാവണം. കലാപം കെട്ടടങ്ങിയപ്പോൾ അവളുടെ ചൂടാറാത്ത ജഡത്തിനു ചുറ്റും അരിപ്രാവുകളുടെ തൂവലുകൾ കൊഴിഞ്ഞുവീണിരുന്നു. രക്തം വാർന്നൊഴുകി വിളറി മഞ്ഞളിച്ചിരുന്നു അവളുടെ ജഡം.

അയാൾ രാത്രി മുഴുവൻ ബർത്തിൽ ഉറക്കം വരാതെ തിരിഞ്ഞും മറിഞ്ഞും കിടക്കുകയായിരുന്നു. ഇടയ്ക്ക് എണീറ്റിരിക്കും. ബർത്തുകളിൽ ഉറങ്ങിക്കിടക്കുന്നവർക്കിടയിലൂടെ അസ്വസ്ഥനായി ഉലാത്തും. പുലർന്നപ്പോൾ ബർത്ത് ഒഴിഞ്ഞുകിടക്കുന്നതു കണ്ടു.

ഉടുവസ്ത്രങ്ങൾ കുത്തിത്തിരുകിവച്ച് പഴംതുണിക്കെട്ടുപോലായ അയാളുടെ തോൾബാഗ് ബർത്തിന്റെ കൊളുത്തിൽ ഞാന്നുകിടന്നിരുന്നു.

അയാൾ വന്നില്ല.

"രാത്രി ആരോ പാളത്തിലേക്കെടുത്തുചാടി." യാത്രക്കാരിലാരോ പറഞ്ഞു: "അയാളാവണം."

മൂന്ന്

മുരാരിത്തെരുവിലേക്കുള്ള നാലാമത്തെ വളവും പിന്നിട്ടിരുന്നു ഞങ്ങൾ. മുരാരിത്തെരുവ് അവസാനിക്കുന്നിടത്തായിരുന്നു, സർക്കാർ ജീവനക്കാരുടെ ക്വാർട്ടേഴ്സ്.

"സീതാലക്ഷ്മിടീച്ചറുടെ വീട്?"

ആരോ ഒരാൾ വലതുഭാഗത്തേക്കു വിരൽ ചൂണ്ടി. മൂന്നാമത്തെ ബ്ലോക്കിന്റെ വലത്തേയറ്റത്തെ ക്വാർട്ടേഴ്സ്. "ഇതാവണം" ഞാൻ പാതിയടഞ്ഞ വാതിലിനു നേർക്കു നോക്കി. വാതിലിന്റെ സമീപം ഒരു ആൺകുട്ടി പ്രത്യക്ഷപ്പെട്ടു. അവൻ സ്കൂളിലേക്കുള്ള പുറപ്പാടിലായിരുന്നു. ക്രിസ്തുദാസിന്റെ പുത്രൻ. അവന്റെ പിന്നിൽ നീർച്ചാല് വറ്റിയ മുഖം തെളിഞ്ഞു.

സീതാലക്ഷ്മി

ഞാൻ ഉറപ്പിച്ചു.

വലതുകൈയിൽ ക്രിസ്തുദാസിന്റെ പുത്രനുള്ള യന്ത്രത്തോക്കു ഭദ്രമായി പിടിച്ച് ഞാൻ പുറത്തിറങ്ങി.

"സീതാലക്ഷ്മി?" പാതി തുറന്ന വാതിലിനു നേർക്കു ഞാൻ മുഖമുയർത്തി.

എന്റെ ചോദ്യം കേട്ടതും അവൻ വാതിൽ വലിച്ചു തുറന്ന് എന്റെ നേർക്ക് ഓടിവന്നു. എന്നെയവൻ വട്ടം ചുറ്റി.

"അച്ഛാ" എന്നെയവൻ ഉലച്ചു: "അച്ഛൻ എവിടെയായിരുന്നു ഇത്രേം നാള്?"

സീതാലക്ഷ്മി ഉമ്മറപ്പടിക്കരികെ എന്തു ചെയ്യണമെന്നറിയാതെ പകച്ചു നിൽക്കുകയാണ്.

"ഗൗതം" അവർ വിളിച്ചു: "ഇത്... ഇത്..."

ക്രിസ്തുദാസിന്റെ പുത്രൻ, അവൻ എന്നെ വല്ലാതെ ഉലയ്ക്കുകയായിരുന്നു. ഞാനവനെ കോരിയെടുത്തു. അവൻ എന്റെ കൺതടങ്ങളിലും കഴുത്തിലും മാറിലുമെല്ലാം ആർത്തിയോടെ മുഖം ഉരുമ്മി.

നാല്

സീതാലക്ഷ്മി ട്രേയിൽ കാപ്പിയുമായി വന്നു. ഒരു കപ്പ് എനിക്ക് തന്നു. മറ്റേ കപ്പുമായി എനിക്കെതിരെ ചൂരൽകസേര വലിച്ചിട്ടിരുന്നു. "ഗൗതം അങ്ങനെ പെരുമാറുമെന്ന് ഞാൻ കരുതിയതേയില്ല." സീതാലക്ഷ്മിയുടെ കൺകോണുകളിൽ ഈർപ്പത്തിന്റെ തിളക്കം. "അവൻ അങ്ങനെ വിളിച്ചപ്പോഴാകട്ടെ മറുത്തൊന്നും പറയാനെനിക്കു കരുത്തില്ലാതെപോയി."

ഞാനും ഓർക്കാതിരുന്നില്ല.

ഗൗതം അങ്ങനെ പറഞ്ഞപ്പോൾ സീതാലക്ഷ്മി വാതിൽപ്പടിയിൽ എന്തു ചെയ്യണമെന്നറിയാതെ നിന്നുപോയതെന്താണ്?

സീതാലക്ഷ്മി ഓടിവന്ന് "ഗൗതം ഇത് നിന്റച്ഛനല്ല ഇതൊരന്യൻ എന്നുപറയാതിരുന്നതെന്താണ്?" അച്ഛനു വേണ്ടിയുള്ള കാത്തിരിപ്പിൽ ഗൗതം അങ്ങനെ പെരുമാറിയത് സ്വാഭാവികം. ഓർമവച്ച നാൾ മുതൽ അച്ഛനെ കാത്തിരിക്കുകയാവണം, അവൻ. സീതാലക്ഷ്മി അവന്റെ മനസിൽ കോറിയിട്ട ക്രിസ്തുദാസിന്റെ ചിത്രവുമായി പൊരുത്തമുള്ള ഒരാളെ, അതും കൈയിലൊരു കളിപ്പാട്ടവുമായി കണ്ടപ്പോൾ അവൻ സ്വാഭാവികമായും – സീതാലക്ഷ്മി കാപ്പി ഒരു കവിളിറക്കി കപ്പ് മുന്നിലെ ചൂരൽ വരിഞ്ഞ ടീപ്പോയിൽ വച്ചു.

"രണ്ടു രാത്രി മുമ്പ് അവൻ പതിവില്ലാതെ ഞെട്ടിയെണീറ്റു. വാതിലിനു നേർക്കോടി. അച്ഛൻ വാതിലിൽ മുട്ടി വിളിച്ചുവത്രെ. അച്ഛൻ ഗൗതമിനു കളിപ്പാട്ടവുമായി വരുമെന്ന് പറഞ്ഞ് ഞാൻ ആശ്വസിപ്പിച്ചുറക്കി. എന്തോ എനിക്കും അങ്ങനെയൊരു തോന്നല്."

"വരും" ഞാനറിയാതെ പറഞ്ഞു: "ക്രിസ്തുദാസ് വരും."

പറഞ്ഞുകഴിഞ്ഞാണ് ഞാനോർത്തത്.

എന്റെ ദൗത്യം തന്നെ ഇവിടെയിതാ...

ക്രിസ്തുദാസിന്റെ മരണം അയാളുടെ കുടുംബത്തെ അറിയിക്കുക എന്ന എന്റെ ദൗത്യം...

സീതാലക്ഷ്മിയുടെ അർഥരഹിതമായ കാത്തിരിപ്പിനു ഞാനെന്തിനു പ്രത്യാശയുടെ ക്രൂരമായ നിറം പകരുന്നു?

"വരുമെന്ന് എന്റെ മനസ്സ് പറയുന്നു."

സീതാലക്ഷ്മി ചൂരൽവിരിപ്പിലൂടെ വിരലോടിച്ചു: "എന്തോ ഈയിടെയായി എന്റെ പ്രതീക്ഷയ്ക്കു കരുത്തേറിയിരിക്കുന്നു."

"ഗൗതം" ഞാൻ തിരക്കി: "അവന്റെ അച്ഛനെ കണ്ടിട്ടേയില്ലേ?"

സീതാലക്ഷ്മിയുടെ കൺതടങ്ങളിൽ നിഴൽപരന്നു.

"അവന്റെ പിറവി പോലും ക്രിസ്തു അറിഞ്ഞിട്ടുണ്ടാവില്ല." സീതാലക്ഷ്മിയുടെ വാക്കുകൾ നനവാർന്നു: "ക്രിസ്തു പോകുമ്പോൾ ഞാനും അറിഞ്ഞിരുന്നില്ല, ക്രിസ്തുവിന്റെ അഭാവത്തിലേക്ക് അവൻ വരുന്നുവെന്ന്. എല്ലാം വിസ്മരിച്ച് പോകുകയായിരുന്നില്ലേ ക്രിസ്തു."

സീതാലക്ഷ്മിയുടെ വരണ്ട മുഖം എനിക്കിപ്പോൾ വ്യക്തമായി കാണാം. ചുമരിലെ വായുപഴുതിലൂടെ കിനിഞ്ഞിറങ്ങിയ വെയിൽനാളങ്ങൾ സീതാലക്ഷ്മിയുടെ വിളറിയ കവിൾത്തടത്തിലൂടെ തെന്നിയിറങ്ങുകയാണ്.

"ക്രിസ്തുദാസിന്റെ ഒളിച്ചോട്ടത്തിനു കാരണം?"

സീതാലക്ഷ്മിയുടെ ആൽബത്തിലെ മുഖ്യതാളുകളിലൊന്നാണ് ഞാനിപ്പോൾ മറിക്കുന്നത്.

"ആവോ" സീതാലക്ഷ്മി അലക്ഷ്യമായി എവിടേക്കോ നോക്കി: "ഞാനും എത്രയോ വട്ടം അത് സ്വയം ചോദിച്ചുവെന്നോ."

സീതാലക്ഷ്മി അകലേക്കു നോക്കി. കാരണങ്ങൾ പലതുമുണ്ടാവാം. പ്രസ്ഥാനത്തിന്റെ തകർച്ച, ഞങ്ങൾ ഒരുമിച്ചുള്ള ജീവിതം.

വ്യക്തികൾ സ്വാർഥത്തിലേക്ക് ഉൾവലിഞ്ഞതാണ് പ്രസ്ഥാനത്തിന്റെ തകർച്ചയ്ക്കു കാരണമെന്ന് ക്രിസ്തു ധരിച്ചിരുന്നുവെന്നു തോന്നുന്നു. ആകെ തകർന്നവനെപ്പോലെ. ആ ദിവസങ്ങളിൽ കുറ്റബോധത്തിന്റെ

കുരിശിലായിരുന്നു. ക്രിസ്തു. ഒടുവിൽ എവിടേക്കോ പലായനം ചെയ്യുകയായിരുന്നു.

ആരോ പറഞ്ഞാണറിഞ്ഞത്, ക്രിസ്തു പോയത് ഗയയിലേക്കായിരുന്നുവെന്ന്.

സീതാലക്ഷ്മിയുടെ മുഖത്ത് പ്രകാശം സ്ഫുരിക്കുന്നുണ്ടായിരുന്നു. വറ്റിയ നീർച്ചാലുകൾക്കു മീതേ നനവ് പടർന്നു.

എന്റെ ദൗത്യത്തെക്കുറിച്ചു ഞാൻ വീണ്ടും ഓർത്തു.

സീതാലക്ഷ്മി.

അലിഗയിലെ മോർച്ചറിയിൽ ക്രിസ്തു നിങ്ങളെ കാത്തുകിടക്കുന്നു. ക്രിസ്തുവിന്റെ ചരമവൃത്താന്തം നിങ്ങളെ അറിയിക്കാനല്ലെങ്കിൽ ഞാൻ ഇത്രദൂരം താണ്ടി വരേണ്ടിയിരുന്നോ?

നിങ്ങളാവട്ടെ ക്രിസ്തുവിന്റെ വരവും കാത്തിരിക്കുന്നു.

"സീതാലക്ഷ്മി" ഞാൻ ആദ്യമായി അവരുടെ പേരു വിളിച്ചു. "നിങ്ങൾ വിശ്വസിക്കുന്നുണ്ടോ, ക്രിസ്തു വരുമെന്ന്?"

എന്റെ ചോദ്യവും ക്രൂരതയുടെ അതിർവരമ്പുകളിലെത്തിയോ? സീതാലക്ഷ്മി ശിരസ്സ് കുമ്പിട്ട് ആലോചിച്ചിരുന്നു, അൽപ്പനേരം.

"ഗൗതമിന് ഒരിക്കലെങ്കിലും അവന്റെ അച്ഛനെ പരിചയപ്പെടുത്തണമെന്നുണ്ട്. അവൻ വേരുകൾ അന്വേഷിച്ചു തുടങ്ങിയിരിക്കുന്നു." അവർ മുഖമുയർത്തി: "ഞാനെന്താ അവനോട് സമാധാനം പറയ്ക?"

"സീതാലക്ഷ്മി" ഞാൻ അപ്രിയമായതെന്തോ പറയാൻ പുറപ്പെടുകയായിരുന്നു.

"ക്രിസ്തുദാസ്"

"വരില്ലായിരിക്കാം." അവരുടെ മുഖം കൂമ്പി. "എങ്കിലും എനിക്കു പ്രതീക്ഷിക്കാതിരിക്കാനാവില്ലല്ലോ. ആ പ്രത്യാശയിലാണ് ഞാനും ഗൗതമും. ക്രിസ്തു വരുമ്പോഴേക്കും ഞാൻ വൃദ്ധയാകുമായിരിക്കാം. ഗൗതം വളർന്നൊരു യുവാവായേക്കാം."

ഞാനെണീറ്റു.

ഇല്ല. ക്രിസ്തു മരിച്ചിട്ടില്ല.

സീതാലക്ഷ്മിയുടെ പ്രത്യാശയിൽ ക്രിസ്തു ഇനിയും എത്രയോ കാലം –

അലിഗയിലെ ഗ്രാമപഞ്ചായത്ത് സെക്രട്ടറി എനിക്കനുവദിച്ച നാലു പകലുകളിൽ മൂന്നും ഇതാ പിന്നിടുകയാണ്. നാളെയെങ്കിലും അലിഗയിൽ മടങ്ങിയെത്തണം. ക്രിസ്തുദാസിന്റെ ജഡം ഏറ്റുവാങ്ങണം. അത് അനാഥമായിക്കൂടാ.

സീതാലക്ഷ്മീ, നിങ്ങൾക്കുവേണ്ടി, ഗൗതമിനുവേണ്ടി ക്രിസ്തുവിന്റെ ജഡം നാളെ ഞാൻ ഏറ്റുവാങ്ങട്ടെ.

തോൾസഞ്ചി തൂക്കി ഞാൻ വാതിലിനു നേർക്കു നടന്നു.

"ക്രിസ്തുദാസ് എന്നെങ്കിലും വരുമ്പോ പറയ്ക," വാക്കുകൾക്ക് ഇടർച്ചയുണ്ടാവാതിരിക്കാൻ ഞാനൊന്നു മുരടനക്കി: "പഴയ സഹപാഠി വന്നിരുന്നൂന്ന്."

സീതാലക്ഷ്മി എണീറ്റ് ഒപ്പം നടന്നു. ഞാൻ ഉമ്മറപ്പടിയിലേക്കിറങ്ങി.

പടിയിൽ ഊരിയിട്ടിരുന്ന ചെരിപ്പിലേക്കു വീണ്ടും കാലുകൾ തിരുകി. യാത്ര പറയാനായി ഉയർന്നപ്പോൾ സീതാലക്ഷ്മി എന്നെ നോക്കി നിൽക്കുകയാണ്.

"ഗൗതം സ്കൂളീന്ന് മടങ്ങി വരുമ്പോ ഞാനെന്താ പറയ്ക?"

അവരുടെ സ്വരമിടറിയിരുന്നു:

"അവന്റെ അച്ഛൻ എവിടെപ്പോയീന്ന് ചോദിച്ചാൽ'?

"ഗൗതമിനോടു പറയുക" ഞാൻ സാവധാനം പറഞ്ഞു: "അവന്റെയീ അച്ഛൻ അവനെ കാണാൻ വരും."

ചിലപ്പതികാരം

കിനാവിൽ പിറന്നുവീണ ഉണ്ണി പറഞ്ഞു:

"അമ്മേ ഞാം പോവ്വേണ്."

ഉണ്ണിക്കു മുഖമില്ലായിരുന്നു. കൈകാലുകളില്ലായിരുന്നു. തടിച്ചുരുണ്ടുകൂടിയൊരു മാംസപിണ്ഡം. എങ്കിലും അരുമയോടെ അവൾ ചോദിച്ചു:

"പോവ്വേ, ഏടയ്ക്ക് ന്റ്റുണ്ണ്യേ?"

"മണ്ണടിക്കാവില്."* ഉണ്ണി പറഞ്ഞു. "കുളിച്ചു തൊഴാന്"

അവൾ എതിർവാ പറയുംമുമ്പേ ഉണ്ണി ഇല്ലാക്കാലുകൾ പിച്ചവച്ചു കുളപ്പടവുകളിറങ്ങി.

ഉണ്ണി മറഞ്ഞേടത്ത് ദാ നിൽക്കുന്നു കോവലൻ.

"കണ്ണകീ" കോവലൻ വിളിച്ചു, "ഞാം പോണേയ്..."

"പോവ്വേ" അവൾ മുഖമുയർത്തി "ഏടയ്ക്കാ?""

കോവലന്റെ തേമ്പിയ കാലുകൾ പൊള്ളയായ മേനിയെ താങ്ങി നിർത്താനാവാതെ ആടിയുലയുന്നു. നെഞ്ചിൻകൂട് ചുരുങ്ങി ചുരക്കുടക്കപോലെ. കോവലൻ പറഞ്ഞു:

"മണ്ണടിക്കാവില് വേലേം പൂരോം കാണാന്"

ഉണ്ണിക്ക് പിന്നാലെ കോവലനും വരണ്ട കുളപ്പടവുകളിറങ്ങി. പടവുകൾ നീളുകയാണ്. നീളുന്ന പടവുകളിലൂടെ ഉണ്ണി നടന്നകലുകയാണ്, കോവലനും.

കണ്ണകി മെല്ലെ കണ്ണുതുറന്നു. ഇടുങ്ങിയ മുറി. പേറ്റുനോവെടുക്കുന്ന അരണ്ട വെളിച്ചം. പകലറുതി.

---

* മരിച്ചവർ പോകുന്നൊരിടമെന്ന് പഴമൊഴി.

ധർമാശുപത്രിക്കിടക്കയിലെ അബോധത്തിലാണ്ട നേർക്കിടപ്പിൽ മുജ്ജന്മങ്ങൾ കൺമുന്നിൽ വന്നുപോയത് അവ്യക്തമായെങ്കിലും അവളോർത്തു.

കാവേരിതീരത്ത് കാനൽവരി പാടിയ കൗമാരം.

കാളിക്കോവിലിലെ ദൈവത്തായ് ഉറയുന്നു.

കണ്ണകീ, നിന്നിലെ അഗ്നി നീ അറിയുക. കാളിയുടെ അഗ്നി മനസിൽപ്പേറി നടക്കുന്നവൾ നീ.

അവൾ കോവശംഖ് വിൽപ്പനക്കാരൻ കോവലന്റെ പെണ്ണ്. ഒറ്റച്ചിലമ്പ് വിൽക്കാൻപോയ കോവലൻ വന്നത് തലയില്ലാശ്ശവമായി.

അവൾ...

ജനാലമറ നീക്കി ഒരു പൂച്ച, മുറിക്കകത്തേക്കു തെല്ലു വെളിച്ചം കടത്തിവിട്ടു.

നെടുകെയും കുറുകെയും ഇരുമ്പു കട്ടിലുകൾ. ദ്രാവകക്കുപ്പികൾ ഞാത്തിയിട്ട തുരുമ്പിച്ച ഇരുമ്പുതട്ടികൾ. നേർക്കിടപ്പിൽ ആറേഴു പെണ്ണുങ്ങൾ. നിറവയറുകാർ.

പൂച്ച അവളുടെ തുടുത്ത മുലക്കണ്ണുകളിലേക്കു നോക്കി. വാതിൽ തള്ളിത്തുറന്ന് മെലിഞ്ഞ കിളരക്കാരി ഒരുത്തി വിരലുകൾക്കിടയിൽ ശത്രുവിനു നേർക്കെന്നപോലെ നീട്ടിപ്പിടിച്ച സൂചിയുമായി വന്നു. പൂച്ച ഭയന്ന് പിന്നാക്കം മാറി.

വാതിൽ തള്ളിക്കടന്നു വന്ന മൂവന്തിവെട്ടത്തിൽ പെണ്ണുങ്ങൾ പേറ്റുനോവെടുത്തു കരഞ്ഞു.

ജനാലമറയ്ക്കിടയിൽ പൂച്ച പിന്നെയും തിമിരക്കണ്ണുകളിൽ ആർത്തി ചുഴറ്റി.

അബോധത്തിന്റെ ഇടനാഴികളിൽ ഉണ്ണി മുലക്കണ്ണു ചപ്പി.

"യ്യോ" കണ്ണകി കുതിച്ചെണീറ്റു, "ന്റുണ്ണ്യേവ്ടെ?"

"നിന്റെ കൊച്ചോ?"

കിളരക്കാരി സൂചി ഒരുത്തിയുടെ എളിയിൽ കുത്തിയിറക്കി.

"നിന്റെ കൊച്ചേ," അവൾ തലകുടഞ്ഞു ചിരിച്ചു: നിന്റെ കൊച്ചെപ്പഴേ ചത്തു."

"ന്റുണ്ണ്യോ" കണ്ണകി ഉലഞ്ഞു "ന്റു ണ്ണ്യങ്ങനെ.?"

"ഹ ഹ!' കിളരക്കാരി ചിരിച്ചു. അത് നിന്റെ കെട്ട്യോൻ പൊഹച്ചു തീർത്ത കഞ്ചാവിനോട് ചോദീര്. അല്ലേൽ അവന്റെ പുഴുക്കുത്തുവീണ ബീജം ഊറിവന്ന ഭൂമിയോട് ചോദീര്."

അതുംപറഞ്ഞ് അവൾ നിറവയറുകാര് പെണ്ണുങ്ങൾക്കിടയിലൂടെ അതിശീഘ്രം അങ്ങോട്ടുമിങ്ങോട്ടും ഉലാത്തി. നിറവയറുകളിൽ നിർദയം തട്ടി നോവിച്ചു. ഇരുമ്പുതട്ടികൾ കട്ടിലുകൾക്കരികിലേക്കടുപ്പിച്ചു. കുപ്പികൾ ഞാത്തിയിട്ടു.

---

* പുംപുകാർ നഗരത്തിൽ ഇന്ദ്രവിഴ ആഘോഷവേളയിൽ യുവമിഥുനങ്ങൾ യാഴ്‌വാദ്യത്തിന്റെ അകമ്പടിയോടെ ആലപിക്കുന്ന ഗീതം.

ഗർഭിണികളുടെ കൈത്തണ്ടയിലെ ധമനികൾ കുത്തിമുറിച്ച് മൂത്രനാളികൾ പോലുള്ള കുഴലുകളിലൂടെ ലായനി ഇറ്റിച്ചു.

രണ്ടാം നിരയിൽ പേറെത്തിയൊരു പെണ്ണ് വാവിട്ടു കരഞ്ഞു. കിളരക്കാരി കൈപ്പടം നിവർത്തി അവളുടെ തുടയിൽ ആഞ്ഞൊന്നു കൊടുത്തു.

"നീയൊക്കെ പെറണതും ചാപിള്ള. എല്ലാവരും പെറണത് ചാപിള്ള."

പിന്നെ നിന്നനിൽപ്പിൽ വട്ടം കറങ്ങി അവൾ പെണ്ണുങ്ങളെ ആകെയൊന്നുഴിഞ്ഞു. "പേറ് വേഗം. നിന്നേക്കെ പെറീച്ച് ചാപിള്ളകളുടെ

പൊക്കിൾക്കൊടീം അറുത്തിട്ടുവേണം എനിക്കു ഡ്യൂട്ടി തീർത്തു പൂവാൻ.”

പൂച്ച ജനാലപ്പടിയിലേക്കിറങ്ങി. കണ്ണകിയുടെ നേർക്കു മൂക്കു വിറപ്പിച്ചു. മുലപ്പനിപോലെ അവൾ വിറച്ചു. എറിച്ചുനിന്ന മുലക്കണ്ണുകൾ അറിയാതെ ത്രസിച്ചു. ഇളം ചുടുപാൽ തറയിലേക്കിറ്റി.

പൂച്ച ഒറ്റച്ചാട്ടം.

അവൾ പിഴിഞ്ഞിട്ട പാലത്രയും പൂച്ച ആർത്തിയോടെ നക്കിത്തോർത്തി. മുലക്കണ്ണുകൾ കടച്ചു. അവ ഉണ്ണിയുടെ ചുണ്ടു തെരഞ്ഞു. ‘ന്റുണ്ണി.’ കണ്ണകി ദൈന്യമായി ചോദിച്ചു. “ന്റുണ്ണ്യേവ്ടേ?”

“നിന്റെ കൊച്ചോ,” കിളിരക്കാരി ഈണത്തിൽ ചിരിച്ചു. “നിന്റെ കൊച്ച് മോർച്ചറീല്.”

“ന്റുണ്ണ്യേ-”

കണ്ണകി വാതിൽ വലിച്ചുതുറന്ന് അപസ്മാരക്കാരിയെപ്പോലെ പുറത്തേക്കോടി. കിളരക്കാരി അതു നോക്കി നിന്ന് തലതല്ലിച്ചിരിച്ചു.

മോർച്ചറി വാതിൽക്കൽ വിനയനും സഹദേവനും നാട്ടുപരിഷകളും തടിച്ചുകൂടി നിൽപ്പുണ്ടായിരുന്നു. കണ്ണകിയുടെ വരവ് അവർക്കിടയിൽ വിള്ളലുണ്ടായി. ഇരുവശത്തേക്കും ഒതുങ്ങിമാറി അവർ അവൾക്കു വഴിയൊരുക്കി. മോർച്ചറി വാതിൽ ഊക്കോടെ തുറന്ന് കണ്ണകി ചോദിച്ചു: “വിനയാ, സഹദേവാ ന്റുണ്ണ്യെവ്ടെ?”

അവളുടെ മാറിടം ചുരത്തുന്നുണ്ടായിരുന്നു. മേൽമറ നനവാർന്നു.

മോർച്ചറിത്തട്ടുകളിലെ ജഡങ്ങളിലൂടെ അവൾ പരതി.

ഒടുവിലാണ് തൊട്ടുമുന്നിൽ വിളറി വിറങ്ങലിച്ച് തുറിച്ചു നിൽക്കുന്ന രണ്ടു നീളൻ കാൽവിരലുകൾ കണ്ണിൽപ്പെട്ടത്. കോവലൻ മോർച്ചറിയിലെ ജഡങ്ങൾക്കിടയിൽ ചാപിള്ളയ്ക്കു കാവൽ കിടക്കുകയാണെന്നാണ് അവൾ കരുതിയത്.

“കോവലൻ ചേട്ടാ, നമ്മുടെ ഉണ്ണി”

അവൾ കോവലന്റെ വിളറി മഞ്ഞളിച്ച പാദങ്ങൾ കൂട്ടിപ്പിടിച്ചു കുലുക്കി. വിറകുകമ്പുപോലെ അവ വഴങ്ങാതെ നിന്നു.

“വിനയാ, സഹദേവാ” ഇദെന്താ പറ്റീത്? ന്റെ കോവലൻ ചേട്ടന്?”

നിലാവ് കാർമുകിലോടെ നിലംപറ്റിയതുപോലെ കണ്ണകി കട്ടിൽക്കാൽക്കലേക്കൂർന്നു വീണു. വിനയനും സഹദേവനും നാട്ടുപരിഷകളും അന്യോന്യം നോക്കി ഉമിനീരിറക്കി. കാർമുടി അഴിച്ചിട്ടു കണ്ണകി തേങ്ങി.

“വിനയാ, ദെങ്ങനെയാ പറ്റ്യേ?” അവൾ അലമുറയിട്ടു. “ന്റെ കോവലൻ ചേട്ടൻ...”

വിനയൻ നാട്ടുപരിഷകൾക്കിടയിൽ നിന്ന് രണ്ടു ചുവടുമുന്നോട്ടു വച്ചു: “ചാച്ചീ, കോവിലൻ ചേട്ടൻ ചത്തു.”

സഹദേവൻ പറഞ്ഞു: “ചാണൂരാന്റെ കളപ്പെരേലേക്ക് ചേട്ടൻ കേറിപോണത് കണ്ടോരൊണ്ട്.” വിനയൻ പറഞ്ഞു: കാവടിക്കാരൻ വേലാണ്ടി പളനിക്കു പോവാൻ വച്ചിരുന്ന കാശും കടംവാങ്ങി ആസ്പത്രിക്കെറങ്ങീ

താണ് കോവലൻചേട്ടൻ. വരും വഴിക്കാണ് ചാണൂരാന്റെ പൂതങ്ങള് കണ്ടേത് 'കോവലാ, നൂറ് മില്ലി പിടിപ്പിച്ചോണ്ടുപോടാ. കെട്ട്യോള് പെറാൻ കെടക്കുമ്പം ഇമ്മിണി ധൈര്യം വേണ്ടേടാ,'ന്നു ചോദിച്ചു. കോവലൻ ചേട്ടന്റെ സുഭാവം ചാച്ചിക്കറിയാല്ലോ, മനശ്ശക്തീല്ല, തീരെ. ചേട്ടൻ പൂതങ്ങള് പറേണതും കേട്ട് കേറീതാ."

സഹദേവൻ പറഞ്ഞു: "ഒടുക്കം നേരം വെളുത്തപ്പം ദേവ്യാനീടെ ഊരിലെ പള്ളിക്കൂടം വരാന്തേല്. ചേച്ചി നുമ്പടെ ദേവ്യാന്യെ അറിയത്തില്യോ? നേരം പരപരാന്നായപ്പം പള്ളിക്കൂടം അടിച്ചുതളിക്കാൻ വന്ന ദേവ്യാന്യാ കണ്ടത്. ദേവ്യാനി ഒച്ചവച്ചാളെക്കൂട്ടി. കൂവ് കേട്ട് ഞങ്ങള് ചെന്ന് നോക്കുമ്പം ചേട്ടൻ ചത്ത് ശവം. ദേവ്യാനീടെ, കെട്ട്യോനും ഇതുപോലെ ഒരാണ്ടു മുമ്പു ചത്തതാ."

"അതിനിപ്പം ദേവ്യാനിക്കെന്താ,ന്റെ സഹദേവാ, ഒരു കൊറവ്?"

നാട്ടുപരിഷകളിലൊരുത്തൻ കയർത്തു: "കെട്ട്യോൻ ചത്തപ്പം ദേവ്യാനിക്ക് സ്വീപ്പർപ്പണി മേടിച്ചുകൊടുത്തതാരാ? ചാണൂരാൻ നേതാവല്ലിയോ? ഇപ്പ രാത്രീല് അവക്ക് കണ്ണൊന്നു പൂട്ടാൻ നേരോണ്ടോ? കാശിന്റെ പെരള്യല്ല്യോ പെരളി."

സഹദേവൻ ഒടുവിൽ പറഞ്ഞതൊന്നും കണ്ണകി കേട്ടില്ല. അവൾ ധ്യാനത്തിലായിരുന്നു. കാളിക്കോവിലിലെ ദൈവത്തായ് കൺമുമ്പിൽ

തീ തെള്ളിയെറിഞ്ഞു, "കണ്ണകീ, നിന്നിലെ അഗ്നി നീ അറിയുക, ചാരം മൂടിയ ഉലയിൽ ഉറങ്ങുന്ന കാളിയുടെ അഗ്നി നീ ഊതിക്കത്തിക്കുക."

കണ്ണകി തിര പുണരുന്ന കടൽപോലെ നിന്നു.

കടിഞ്ഞൂൽ ചാപിള്ള മുലഞരമ്പുകളിൽ വായ്ത്താരിയിട്ടു.

മുഖമില്ലാഉണ്ണി മുലക്കണ്ണു ചപ്പി. അവളുടെ മനസിൽ കോവലന്റെ മുഖമായിരുന്നു. കാവടിക്കാരൻ വേലാണ്ടിയോട് കാശും കടം വാങ്ങി ധർമാശുപത്രിക്കു നടന്ന കോവലൻ.

രണ്ട്

കരിവീട്ടിയിൽ തീർത്ത കൊട്ടാരക്കെട്ടിന്റെ നടുമുറ്റത്ത് ചാണൂരാൻ വിദേശ വാർത്താ ചാനൽ ഓഫ് ചെയ്തു.

"ബീബീസിക്കാരന്റെ ക്യാമറ ഒപ്പെടുത്ത ശവക്കൂമ്പാരം കണ്ടീലേടാ, ശവീ?"

ചാണൂരാൻ വെള്ളിക്കോളാമ്പിയിൽ വാക്കിന്റെ വഴിമുടക്കാനെത്തിയ കഫം തുപ്പിയിട്ടു.

"ഹര ഹര മഹാദേവ."

പുതങ്ങൾ എങ്കോണിച്ചു പിണച്ച കൈക്കലാശത്തോടെ വിളിപ്പുറത്തെത്തി. "കണ്ടേ."

"അവന്മാരുടെ തല തന്നെടാ, പെരുംതല."

"ഉവ്വുവ്വേ."

ചാണൂരാന്റെ നടുവിരലും ചൂണ്ടാണിവിരലും ചുണ്ടിനു നേർക്കു പിണച്ച് കുരിശുനാട്ടി അണയിൽ അവശേഷിച്ച വെറ്റിലക്കൊന്തു തുപ്പി.

"എത്യോപ്യേല് പട്ടിണിച്ചാവ് പെല. മധ്യപൂർവേഷ്യേല് കരിങ്കുരുതി. ജോർദ്ദാന്റെ കരേലോ?"

ചാണൂരാൻ ചൂണ്ടാണി വിരൽ തലയ്ക്കു മീതേ ഉയർത്തി. ഒളിപ്പോരും തെളിപ്പോരും. അമേരിക്കക്കാരന്റെ ആയുധവിപണീല് വമ്പിച്ച ആദായവിൽപ്പന, കൊന്നാ പാപം തിന്നാ തീരട്ടേന്നു കരുതി മൂന്നാംലോകത്തിന് അന്നദാനം. ആർക്കും വേണ്ടാത്ത കാലിത്തീറ്റ.

ചാരുകസേരയിൽ കാല്മ്മേൽ കാല് കയറ്റിവച്ച് ചാണൂരാൻ അൽപ്പനേരം എന്തോ ആലോചിച്ചിരുന്നു. പിന്നെ കൈക്കലാശം കാട്ടി.

"ആരെടാ ആ കോവലൻ?"

അമേരിക്കൻ സാമ്രാജ്യത്തിൽ നിന്നു കോവലനിലേക്കുള്ള ദൂരക്കുറവിൽ അതിശയം പൂണ്ട പുതങ്ങൾ മൊഴിഞ്ഞു: "അവൻ കമ്മാളഊരിന്റെ തലവനാണേ."

"പാവം" ചാണൂരാൻ സഹതപിച്ചു: "ആരെടാ അവനെ തല്ലിക്കൊന്നേ?"

പുതങ്ങൾ വിസ്മയിച്ചു.

"കോവലനെ തല്ലിക്കൊന്നെന്നോ?"

കഞ്ചാവുകിഴിയിട്ട ചാരായം മൂക്കറ്റം കുടിപ്പിച്ചല്ലേ അവനെ കൊന്നത്.

പൂതങ്ങൾ പറഞ്ഞു. "അവൻ മുക്കറ്റം ചാരായം ശാപ്പിട്ട് താനേ"

"ഛീ നായേ."

ചാണൂരാൻ പൂതങ്ങളുടെ മൂക്കിനു നേർക്കു കുത്തിയിറക്കാനെന്ന മട്ടിൽ വിരൽമുന നീട്ടി തമിഴ് സിനിമയിലെ വില്ലന്റെ മട്ടിൽ ഗർജിച്ചു.

"തപ്പ്. അവനെ ദേവ്യാനിയോടെ ഊരുക്കാർകൾ താൻ അടിച്ചു കൊന്നത്. എത്ക്കാഹെ?"

പൂതങ്ങൾ അമ്പരന്നു.

കോവലനെ ദേവയാനീടെ ഊരുകാർ അടിച്ചു കൊന്നതാണെന്നോ? അതെങ്ങനെ? ശാന്തശീലരാണ് ദേവയാനീടെ ഊരുകാർ. അവരല്ലല്ലോ കോവലനെ കൊന്നത്. പൂതങ്ങൾ മുഖത്തോടു മുഖം നോക്കി. എത്ക്കാഹെ?

"ബുദ്ധികെട്ട നായേ" ചാണൂരാൻ മുരണ്ടു. ദേവ്യാനീടെ കണവനെ കോവലൻ ഊരുക്കാർകൾ അടിച്ചുകൊന്നതിൻ പകയാലെ. "ആനാൽ."

ചാണൂരാൻ പൂതങ്ങളെ അരികിലേക്കു വിളിച്ചു:

"ദേവ്യാനീടെ ഊരുകാരോട് കോവലൻ ഊരുകാര് പകരം വീട്ടണ്ടേ?"

പൂതങ്ങൾ കാതു കൂർപ്പിച്ചു. "വീട്ടണം."

"അതിന് ആ പാവങ്ങളെ ആരു സഹായിക്കും."

"നമ്മൾ സഹായിക്കണം."

"എപ്പടി?"

"എപ്പടി?" പൂതങ്ങൾ അന്യോന്യം നോക്കി.

ചാണൂരാൻ കണ്ണിറുക്കി

"നമ്മുടെ ഗോഡൗണിലിരുന്നു പഴകിയ വടിവാൾ, കുന്തം, കുറുവടി, നാടൻ ബോംബ്, എല്ലാം അവറ്റകൾക്ക് സൗജന്യ നിരക്കിൽ നമ്മൾ വിൽക്കും."

"അപ്പോൾ കോവലൻ ഊരുകാർ?"

പൂതങ്ങൾ സന്ദേഹമുന്നയിച്ചു.

"അവരെ ആരു സഹായിക്കും?"

"പന്തിയിൽ നീതിമാന് പക്ഷഭേദമോ? പാടില്ല. പാടില്ല."

ചാണൂരാൻ ഒച്ചയടക്കി. "നമ്മൾ അവറ്റകളേയും സഹായിക്കും. ദേവ്യാനീടെ ഊരുകാരറിയാതെ."

പൂതങ്ങൾക്കന്നേരമാണ് ചാണൂരാന്റെ ബുദ്ധി പിടികിട്ടിയത്.

ചാണൂരാൻ പൂതങ്ങളുടെ പിടലിക്കു തട്ടി.

"ഇതു താനെടാ അമ്മേരിക്കൻ സ്റ്റൈൽ

കൊന്നാ പാപം തിന്നാ തീരും.

കൊള്ളപ്പണം പപ്പാതി

കെട്ട്യോൻ ചത്ത ഒശത്തിപ്പെണ്ണുങ്ങളും പപ്പാതി.

കന്യകമാർ പപ്പാതി."

ചാണൂരാൻ ആർത്തട്ടഹസിച്ചു.

"യുദ്ധം മാത്രമാണ് എല്ലാറ്റിനും പരിഹാരം. നീതിമാന്റെ ആയുധ വിപണീൽ വമ്പിച്ച ആദായവിൽപ്പന. പാപം പോക്കാൻ ഊരുകൾക്കു പുഴുവെടുത്ത അരീം ഗോതമ്പും അന്നദാനം."

പൂതങ്ങൾ ആവേശത്തോടെ മുഖാമുഖം നോക്കി. പിന്നെ 'ഗോഗ്വാ' വിളിച്ചു പടിയിറങ്ങി.

പടനിലങ്ങളിൽ കരിങ്കുരുതി. ഊരെല്ലാം ചെങ്കടല്. തട്ടകത്തിൽ ചാണൂരാന് ചത്തവന്റെ ചാവുബലം. കൊത്തളങ്ങളിൽ ആയുധക്കോപ്പു കൂട്ടൽ.

ഭൂമി തീർത്ത ശവപ്പെട്ടികളിൽ ശവങ്ങൾ നനഞ്ഞ വൈക്കോൽക്കു നകൾപോലെ വെന്തുനീറി.

അറ്റ താലിച്ചരടുകളോർത്ത്, കൊഴിഞ്ഞ മുടിപ്പൂവോർത്ത്, വാച്ചോറും വഴിച്ചോറുമില്ലാതായ ഈറൻ കുഞ്ഞുങ്ങളെയോർത്ത്, മകന്റെ ബലിച്ചോറ് കൊത്തിപ്പെറുക്കുന്ന കാക്കകളെ നോക്കി വരാന്തയുടെ നനവാർന്ന ഇരുട്ടുകോണുകളിൽ നീർച്ചാലു വറ്റിയ മുഖം താങ്ങിയിരിക്കുന്ന അമ്മമാരെയോർത്ത്...

കെട്ട്യോൻ ചത്ത മെയ്യഴകിപ്പെണ്ണുങ്ങളെ പൂതങ്ങൾ തെരുവുകളിലേക്കുതെളിച്ചു. ഇടനാഴികളിൽ പൂതങ്ങളുടെ അട്ടഹാസവും പെണ്ണുങ്ങളുടെ നനവാർന്ന ഇക്കിളിയും ഇടതടവില്ലാതുയർന്നു. അന്തിത്തെരുവുകളുടെ അകത്തളങ്ങളിൽ ഉച്ചഭാഷിണികളുടെ നീണ്ട നാവുകൾ സ്രവിച്ചു.

യാർ പോട്ട മല്ലിയിതു.
യാർ പോട്ട മല്ലി?
നാൻ പോട്ട മല്ലിയിതു
നാൻ പോട്ട മല്ലി...

ഗതിയില്ലാപ്പൈതങ്ങൾ വാ കീറിയ ദൈവത്തെത്തേടി തെരുവിലലഞ്ഞു. വയറുന്തിയ കുഞ്ഞുങ്ങൾ ഉപ്പും മുളകും സ്വപ്നത്തിൽ നുണഞ്ഞു.

ചാണൂരാന്റെ ധാന്യക്കലവറകളുടെ സമൃദ്ധിയിൽ പെരുച്ചാഴികൾ പെറ്റുപെരുകി. കലവറയുടെ നാൽച്ചുമരുകൾക്കു പുറത്ത് വറുതി വയറൊട്ടിച്ച പ്രജകൾ പുഴ്ത്തിവച്ച ധാന്യച്ചാക്കുകൾപോലെ ചത്ത് അട്ടിയായി. ഖജനാകളിൽ ധാന്യപ്പണം പുഴുവെടുത്ത ധാന്യംപോലെ കുമിഞ്ഞു.

മൂന്ന്

കണ്ണകി കാൽക്കീഴിലെ മണ്ണെടുത്തു കനലാക്കി വാനോളം വളർന്നു.
വിനയനും സഹദേവനും നാട്ടുപരിഷകളും ഞെട്ടി പിന്നോക്കം മാറി.

തീയാട്ടുന്നാളിലെ അമ്മ ദൈവത്തെപ്പോലെ കണ്ണകി, തെങ്ങിൻ തലപ്പുകൾക്കുമീതെ, മലമുടികൾക്കു മീതെ, ചാണൂരാന്റെ കൊട്ടാരക്കെട്ടിന്റെ ദിശ നോക്കി അലറി:

"എന്റെ മുലഞ്ഞരമ്പുകളുടെ തുടി കെടുത്തിയ ചാണൂരാ–"

വിനയനും സഹദേവനും നാട്ടുപരിഷകളും നിന്ന നിലം അതു കേട്ടു വിറച്ചു. ധർമ്മാശുപത്രിക്കെട്ടിടം ആകെയുലഞ്ഞു. ചുമരുകളിൽ വിള്ള ലുണ്ടായി. മോർച്ചറിക്കട്ടിലുകളിൽ നിദ്രയിലാണ്ട ജഡങ്ങൾ ജീവന്റെ വിദ്യുത്പ്രവാഹത്തിൽ നടുവോളം ഉയിർത്തെണീറ്റ് പിന്നെയും പൂർവാ വസ്ഥയിലായി.

അന്നേരം ചാണൂരാൻകോട്ടയിൽ ഒട്ടേറെ നിമിത്തങ്ങളും ദുഃശകുന ങ്ങളുമുണ്ടായി. ഗോപുരമേലേ മാനം നോക്കിനിന്ന ഡിഷ്ആന്റിന തകർ ന്നുവീണു. കോട്ടമുകളിൽ കാവൽ നിൽക്കുകയായിരുന്ന കരിംപൂതങ്ങളി ലൊരുവൻ പിടഞ്ഞുവീണു തലച്ചോർചിതറി ചത്തു. ചാണൂരാന്റെ പത്നി ക്കു ദുഃസ്വപ്നമുണ്ടായി. സൂര്യൻ മേഘങ്ങൾക്കൊപ്പം നിലംപതിച്ചു. വെള്ളിടിമേഘങ്ങൾ അടർന്നുവീണു.

ഇടിനാദം കോട്ടവാതിലുകൾ ഉലച്ചു.
പട്ടാപ്പകൽ ഇരുട്ടു നിലാവിനെ വിഴുങ്ങി.
ചാണൂരാന്റെ കോട്ടയുടെ ദിശ നോക്കി കണ്ണകി നടകൊണ്ടു.
ചാമരംപോലെ മുടിയഴിച്ച്,
ഒറ്റച്ചേല ഉയർത്തിച്ചുറ്റി.
കാൽക്കീഴിലെ മണ്ണിൽ കനൽ പാറ്റി...
തെരുവുകളിൽ ജ്ഞാനികൾ വരവറിഞ്ഞു.
ശാക്തേയന്മാർ ദേവീസ്തവം നിവർത്തി.
ഗണകന്മാർ ഉടുക്കു കൊട്ടിപ്പാടി.
മുപ്പാാാരും വാാാഴുന്ന
പൊന്നൊാേേേേ സുന്ദരീീ..

മലമുടികളിൽ തമ്പടിച്ചിരുന്ന ചാണൂരാൻപൂതങ്ങൾ തമരടിച്ച് തീകൊളുത്തി കരിമ്പാറനിരകളിൽ പ്രകമ്പനമുണ്ടാക്കി. മലയുച്ചികളിൽ ഉരുൾപൊട്ടി. അടരുകൾ ചിതറി. മലഞ്ചെരുവുകളിൽ വനങ്ങൾ ആർത്ത ലച്ചു വീണു. മുറിവേറ്റ ചെറുമൃഗങ്ങൾ പ്രാണഭയത്താൽ പാഞ്ഞു. ഇണ തേടിയിറങ്ങിയ നാഗങ്ങൾ വാൽത്തുണ്ടങ്ങളും നടുത്തുണ്ടങ്ങളുമായി ചിതറി. പക്ഷിക്കൂടുകൾ നിലംപൊത്തി.

കണ്ണകിയുടെ കാലടികൾ കുങ്കുമച്ചുവപ്പാർന്നു. ഒറ്റച്ചേല ചെമ്പട്ടുട യാടയായി. നടവഴികളിൽ ജീവരക്തം ചുവപ്പിന്റെ അലുക്കിട്ട പാദമുദ്ര കൾക്കു മീതേ ശാക്തേയന്മാർ ചെംതെച്ചിപ്പൂക്കൾ ജപിച്ചിട്ടു.

പാദയോ വാരാഹ്യൈ നമഃ
നിതംബേ നാരസിംഹ്യൈ നമഃ
നാഭൗ ചാമുണ്ഡായ്യൈ നമഃ

ഗണകന്മാർ ഏതോ കാന്തികശക്തിക്കധീനപ്പെട്ടപോലെ ഉടുക്കു മായി അനുഗമിച്ചു.

ഭ്രുവോർമധ്യേ ഭദ്രകാളീം
ചക്ഷുർമധ്യേ മാഹേശ്വരീം..

വിനയനും സഹദേവനും നാട്ടുപരിഷകളും കോവലന്റെ തുന്നിക്കെട്ടിയ ജഡം ഏറ്റുവാങ്ങി പിന്നാലെ നടന്നു.

ഊരിത്തെറിച്ചുവീണ കർണാഭരണംപോലെ സൂര്യൻ പടിഞ്ഞാറ്.

ധർമാശുപത്രിവളപ്പിൽ ചാപിള്ളകളുടെ ആന്തരിക രഹസ്യം തേടി നായ്ക്കൾ കുഴി മാന്തി.

വേങ്ങമരത്തണലിൽ കണ്ണകി കാത്തുനിന്നു.

ഇതേ മരത്തണലിൽ ജന്മങ്ങൾക്കു മുമ്പ് കോവലനെ കാത്തുനിന്നതോർത്തു, അവൾ.

ഗുപ്തമായ കാമചൈതന്യം പ്രസരിപ്പിച്ച്. നെന്മേനി വാകപ്പൂവ് ചൂടി- അന്ന് ചെമ്പകപ്പൂവായിരുന്നു മേനി.

അടക്കാനാവാത്ത കാമാവേശംകൊണ്ട് അഴിഞ്ഞുവീണ മുടിക്കെട്ടോടെ, കുചദ്വയങ്ങളിൽ നിന്നൂർന്നുവീണ മുലപ്പടത്തോടെ,

അഴിഞ്ഞുലഞ്ഞ ഉടുപുടവയോടെ,

ശൈവരേതസ്സ് കോവലനായ് ഒഴുകി വന്ന്,

തൃഷ്ണയുടെ കോശങ്ങൾ നിറച്ചു.

കണ്ണകിയുടെ കൺതടം നനവാർന്നു.

വിനയനും സഹദേവനും നാട്ടുപരിഷകളും-

പിണച്ചുവച്ച മുളന്തണ്ടുകൾക്കു മീതെ പഞ്ചതയെ പ്രാപിച്ച കോവലൻ മാനം നോക്കി കിടന്നു.

വിനയൻ മുളന്തണ്ടിറക്കിവച്ചു. കണ്ണകി കുനിഞ്ഞു. ജഡത്തിന്റെ നെറുകയിൽ ചുംബിച്ചു. പാദംതൊട്ടു നമസ്കരിച്ചു. പിന്നെ കുതിച്ചെണീറ്റു. ഒറ്റക്കാൽച്ചിലമ്പ് കിലുങ്ങി.

"വിനയാ സഹദേവാ" കണ്ണകി കൽപ്പിച്ചു. "കോവലൻ ഉപേക്ഷിച്ചു പോയ ഈ കൂട് തുണ്ടംതുണ്ടമാക്കുക ചാണൂരാനും പൂതങ്ങൾക്കും തീറ്റപ്പണ്ടമായി എറിഞ്ഞു കൊടുക്ക്!"

നാല്

കൊട്ടാരക്കെട്ടിന്റെ അകത്തളത്തിൽ ചപ്രമഞ്ചക്കട്ടിലിൽ ചാണൂരാൻ. മടിയിൽ ഇതൾ വിടർന്നൊരു താമരപ്പൂ. വാതിൽ തള്ളിത്തുറന്ന് കൊടുങ്കാറ്റുപോലെ കണ്ണകി.

"ആരിവൾ?"

ചാണൂരാന്റെ കൈയിലിരുന്ന മദ്യക്കോപ്പ താഴെ വീണുടഞ്ഞു. കാവൽനിന്ന പൂതങ്ങൾ പാഞ്ഞടുത്തു.

"ഇവൾ കണ്ണകി. അന്ത കോവിലൻ പൊണ്ണ്"

ചാണൂരാന്റെ മടിയിൽ താമരപ്പൂ പിടഞ്ഞെണീറ്റു.

"ആഹാ, കോവലൻ പൊണ്ണോ? വാങ്കോ, വാങ്കോ" അയാൾ കണ്ണകിയെ കിടക്കയിലേക്കു ക്ഷണിച്ചു.

"ക്ഷോഭിച്ചുവശായവളേയും ജ്വരം ബാധിച്ചവളേയും നടനമാടി തളർന്നവളേയും പ്രാപിക്കാൻ പരമസുഖം!" ചാണൂരാൻ പൂതങ്ങളെ നോക്കി കണ്ണിറുക്കി. "ഇവൾ ഇതിലേതുഗണം?"

"ഇവൾ സൂതി കഴിഞ്ഞവൾ. പെറ്റുവീണത് ചാപിള്ള" പൂതങ്ങൾ വായ്ക്കൈ പൊത്തി.

"ഓ സൂതിക" ചാണൂരാൻ സ്വയം മറന്ന് ചിരിച്ചു.

"കാമശാസ്ത്രവിധിയിൽ വാത്സ്യായനൻ വിട്ടുപോയ ഗണം."

കണ്ണകിയെ അയാൾ അഴിമുടിയുഴിഞ്ഞു.

കുങ്കുമക്കയത്തിൽ മുങ്ങിക്കുളിച്ചപോലെ കണ്ണകി.

"സുന്ദരീ, ഉണ്ണിയുടെ ചുണ്ടിന്റെ നനവറിയാത്ത നിന്റെ മുലകൾ ലാവ ചുരത്തുന്ന അഗ്നിപർവതങ്ങൾ. ജീവരക്തമൊലിച്ചിറങ്ങിയ നിന്റെ ഊരുക്കൾ ചെങ്കദളീകാണ്ഡങ്ങൾ, കണങ്കാലുകൾ കാമന്റെ ആവനാഴികൾ"

ചാണൂരാൻ വലംകൈ ആവോളം നീട്ടി,

"സൂതികേ വരിക."

പൂതങ്ങൾ രണ്ടാൾ അവളുടെ ഉരത്തിൽ പിടിമുറുക്കി. കണ്ണകി കുതറിയില്ല.

പൂതങ്ങൾ നയിച്ച വഴിയിലൂടെ ഉറച്ച ചുവടുകളോടെ അവൾ ചപ്രമഞ്ചക്കട്ടിലിനരികിലേക്കു നടന്നു.

ചാണൂരാന്റെ കണ്ണനക്കത്തിൽ പൂതങ്ങൾ പിന്മാറി.

ഉറക്കറ പുറത്തുനിന്നു ചാരി.

ചാണൂരാന്റെ കരസ്പർശം ഇരതേടിയിറങ്ങിയ പെരുമ്പാമ്പിനെപ്പോലെ ചുമലിൽ വന്നു പതിച്ചു.

ദിശതെറ്റിയ കാട്ടുപോത്തിനെപ്പോലെ അയാൾ മുക്രയിട്ടു.

കറുത്തിരുണ്ട രോമാവൃതമായ കൈത്തണ്ടകൾ ഉടലിലൂടെ പുളഞ്ഞു. പുകക്കറ പിടിച്ചു തടിച്ച ചുണ്ടുകളിൽ കാമാവേശം നുരപൊട്ടി.

അരികെ ഇതൾ കൂമ്പിയ താമരപ്പൂ. ചാണൂരാൻ പൂവിതൾ വിടർത്തി.

"സുന്ദരീ, നിന്റെ തുണീരങ്ങൾക്കെന്തേ ത്ര ചോപ്പ്?"

കണ്ണകി ഏതോ ഉന്മാദത്തിന്റെ ശൃംഗങ്ങളിലായിരുന്നു. കാളിക്കോവിലിലെ ദൈവത്തായ് അകങ്ങളിൽ തീ തെള്ളിയെറിഞ്ഞു. മുന്നോട്ടാഞ്ഞ ചാണൂരാന്റെ കഴുത്തിൽ ഇടംകൈ വളഞ്ഞു ചുറ്റിയത് അവൾ അറിഞ്ഞില്ല.

വിരൽമുനകൾ അയാളുടെ കൺകുഴികളിൽ പൂണ്ടുപോയതും കാൽമുട്ടുയർന്നതും നാഭിയിൽ താഡനങ്ങളേൽപ്പിച്ചതും ഒന്നും അവൾ അറിഞ്ഞില്ല.

ബാഹുയുദ്ധത്തിൽ ചാണൂരാൻ സർവശക്തിയും സംഭരിച്ച് കണ്ണ

കിയുടെ നേർക്കാഞ്ഞു. ഉരുക്കുമുഷ്ടികൾ അവളുടെ മാറിനു നേർക്ക് വീശിയെറിഞ്ഞു.

കരതലം കൊണ്ടയാളെ മാറിൽ അടിച്ചു വീഴ്ത്തിയതവളറിഞ്ഞില്ല. പിന്നെയും ശക്തി സംഭരിച്ച് ആകാശത്തോളമുയർന്ന് ഊക്കോടെ പാഞ്ഞു വന്ന അയാളെ ചുഴറ്റിയെറിഞ്ഞതും അവളറിഞ്ഞില്ല.

ഉഗ്രമായ സ്ഫോടനത്തിനായി തമരടിച്ചു താഴ്ത്തിയ കരിമ്പാറക്കെട്ടുപോലെ ചാണൂരാന്റെ കാരിരുമ്പു മേനി കണ്ണകിയുടെ ഉടലിലൂടെ ഊർന്നിറങ്ങി. അയാൾ ആഞ്ഞടിക്കാനുയർത്തിയ മുഷ്ടികൾ ഞാഞ്ഞൂലുകളെപ്പോലെ തറയിലിഴഞ്ഞു.

ചാണൂരാന്റെ വിരിഞ്ഞ മാറിൽ അവളുടെ നഖമുനകൾ ചാലുകീറിയ ചോരപ്പാടുകളിൽ ഇതളുതിർന്ന കുരുതിപ്പൂക്കൾ കുമിഞ്ഞു.

"നീ?" വിവശതയോടെ അയാൾ മുരണ്ടു.

അവൾ ഗർജിച്ചു: "ഞാൻ കാളി." അവളുടെ കരുത്താർന്ന വിരലുകൾ അവന്റെ തൊണ്ടക്കുഴിയിൽ കുത്തിയിറങ്ങി.

ചാണൂരാന്റെ മുഷ്ടികൾ പിന്നെ ഉയർന്നില്ല.

അവന്റെ മാർത്തടത്തിൽ നിന്നെണീറ്റ കണ്ണകി പുറത്തേക്കുള്ള വാതിലിനു നേർക്കു നടന്നു. മാറു പിളർന്നൊഴുകിയ രക്തം വാതിൽക്കലോളമെത്തിയിരുന്നു. വാതിൽപ്പടിക്കടിയിലൂടെയത് കിനിഞ്ഞിറങ്ങി. കോണിയിലൂടെ കൽപ്പടവുകളിലേക്കതൊഴുകി.

കണ്ണകി വിവശയായിരുന്നു.

കാൽച്ചുവട്ടിലെ ചോരയുടെ വഴുവഴുപ്പിൽ അവൾ നിലതെറ്റി വീണു. കൽപ്പടവുകളിലൂടെ താഴേക്ക്, താഴേക്കുരുണ്ടു.

താഴെ, പടവുകൾ അവസാനിക്കുന്നിടത്ത് അവളുടെ പാതികൂമ്പിയ മിഴികൾക്കു മുന്നിൽ ചാണൂരാന്മാർ അട്ടഹസിച്ചു. അവൾ വിഭ്രാന്തിയോടെ ചുറ്റും നോക്കി.

കോണിപ്പടവുകളോരോന്നിലും ചാണൂരാൻ.

ചപ്രമഞ്ചക്കട്ടിലിൽ ചാണൂരാൻ.

കൊട്ടാരക്കെട്ടിന്റെ അകത്തളത്തിൽ ചാണൂരാൻ.

"നിനക്ക് ഞങ്ങളിലൊരാളെയല്ലേ. കൊല്ലാൻ കഴിഞ്ഞുള്ളു കണ്ണകീ?"

ചാണൂരാന്മാർ ആർത്തട്ടഹസിക്കുന്നു:

ചാണൂരാൻ ഒന്നല്ല, ഒരായിരം.

ചാണൂരാൻ ഒന്നല്ല, ഒരായിരം.......

സഹൃദയനായ വായനക്കാരന്റെ ജീവിതത്തിൽ നിന്ന്

ഇരുപത്തഞ്ചാമത്തെ വയസിലാണ് അയാൾ ടി പത്മനാഭന്റെ കഥകൾ വായിച്ചു തുടങ്ങിയത്. സർക്കാർ സർവീസിൽ ലോവർ ഡിവിഷൻ ക്ലാർക്കായി ജീവിതം ആരംഭിച്ച അതേ വർഷം.

പ്രകാശം പരത്തുന്ന പെൺകുട്ടി പുറത്തിറങ്ങി, പലരുടേയും കൈമറിഞ്ഞ് പതിമൂന്നുവർഷം കഴിഞ്ഞിരുന്നു അയാളുടെ കൈയിലെത്തുമ്പോൾ. നാട്ടിലെ വായനശാലയിൽ മുഷിഞ്ഞ്, താളുകൾ ഇറ്റു തുടങ്ങിയ നിലയിലായിരുന്നു അവൾ. സത്യത്തിൽ ഓഫീസ് ജോലിയിലെ വിരസതയകറ്റാനാണ് അയാൾ വായന തുടങ്ങിയത്. *ശേഖൂട്ടി* വായിച്ച് രാത്രി തനിച്ചിരുന്ന് പൊട്ടിക്കരഞ്ഞത് ഇപ്പോഴുമോർക്കുന്നു. പിന്നീട് ഒരുദിവസം *മഖൻസിങ്ങിന്റെ മരണം*. ദിവസങ്ങളോളം അതയാളെ അലട്ടി.

വീട് നഷ്ടപ്പെട്ട കുട്ടി വായിച്ചപ്പോഴും അയാൾക്ക് കരച്ചിൽ വന്നു.

പ്രകാശം പരത്തുന്ന ആ പെൺകുട്ടിയെത്തേടി അന്നൊക്കെ ഒരുപാട് അലയുകയുണ്ടായി. എന്നെങ്കിലും അവളെ കണ്ടുമുട്ടാതിരിക്കില്ല എന്നയാൾക്ക് ഉറപ്പുണ്ടായിരുന്നു. ഒരുപക്ഷേ, നാനൂറോ അഞ്ഞൂറോ വർഷങ്ങൾക്കുശേഷം. അത്രയും വേണ്ടി വന്നില്ല.

കണ്ടെത്തിയപ്പോഴേക്കും അവൾ യുവത്വം പിന്നിടുകയായിരുന്നു. അന്നയാൾ *ഗൗരി* വായിച്ചിരുന്നില്ല. പിന്നീടാവണം *ഗൗരി* പുറത്തിറങ്ങിയത്. അതിനുശേഷം എത്രയോ ആവർത്തി വായിച്ചു.

ഇപ്പോഴും അതുതന്നെയാണയാൾ ചെയ്യുന്നത്. വണ്ടി ആര്യങ്കാവ് കഴിഞ്ഞ് തെങ്കാശിയിലെത്തിയപ്പോഴും ചെങ്കോട്ടയിലെ വൃത്തികുറഞ്ഞ, ഇടുങ്ങിയ തെരുവുകളിലൂടെ യാത്ര തുടരുമ്പോഴും...

സീറ്റിൽ അടുത്തിരുന്ന യാത്രക്കാരൻ അയാളുടെ ചുമലിലേക്ക് ഉറക്കം ചാരി.

പുസ്തകം നിവർത്തിയപാടെ മടിയിൽവച്ച്, അയാൾ അൽപ്പനേരം പുറംകാഴ്ചകൾ നോക്കിയിരുന്നു.

അവൾ വരുമെന്നെന്താണുറപ്പ്? വർഷങ്ങൾ നീണ്ട ഇടവേളയ്ക്കു ശേഷം.

എവിടെനിന്നോ കാറ്റ് ഏറ്റുവാങ്ങിക്കൊണ്ടുവന്ന പിച്ചകപ്പൂ മണം അയാളെ തഴുകി കടന്നുപോയി.

ഗൗരി വായിച്ചതുമുതൽ അവൾ വരുമെന്ന് മനസ്സ് പറയുന്നു. അയാൾ വെറുതെ ആലോചിച്ചിരുന്നു.

ഗൗരിയെപ്പോലെ ഒരു കൊച്ചുകുട്ടിയുടെ ആഹ്ലാദത്തോടും ഉത്സാഹത്തിമിർപ്പോടും അവൾ പറയും:

"നമുക്ക് നടന്നിട്ടുപോകാം."

"ക്ഷീണിക്കും, ഇത്തിരി ദൂരമുണ്ട്" അയാൾ.

"അതു സാരമില്ല. ഞാൻ ക്ഷീണിച്ചാൽ എന്നെ നോക്കാൻ എന്റെ കൂടെ ഇപ്പോൾ"–

അതോർത്തതും അയാളുടെ കണ്ണുകൾ നിറഞ്ഞു.

ഇന്നലെയാണ് ജോലിയിൽനിന്ന് വിരമിച്ചത്. യാത്രയയപ്പു യോഗത്തിൽ പത്തനാപുരം തഹസീൽദാരോട് പറഞ്ഞു: "കുറ്റാലം കൊട്ടാരത്തിൽ മുറി ഏർപ്പാടാക്കണം. നാലഞ്ചുനാൾ അവിടെ തങ്ങിയാലോ?"

മുപ്പതുവർഷത്തെ കിതപ്പിനൊരറുതി.

"തനിച്ചോ?" ഉണ്ണിത്താൻ അമ്പരന്നു. "നാലഞ്ചുനാൾ കുറ്റാലത്തെ കുളിരിൽ ഒറ്റയ്ക്കങ്ങനെ"

"തൽക്കാലം കൂട്ടിനാരുമില്ല," അയാൾ ചിരിച്ചു. "ഞാൻ തനിച്ചല്ലേ?" ഉണ്ണിത്താന്റെ ചുണ്ടിൽ തെളിഞ്ഞ പുഞ്ചിരി പെട്ടെന്നു മാഞ്ഞു. അയാൾ പറഞ്ഞു. "പഴയതൊക്കെ മറന്നൂടേ? നമ്മളൊക്കെ ഈ ഭൂമുഖത്ത് ഇനിയെത്ര നാളുണ്ടാവാനാ?"

"ഒക്കെ ശരിയാ," അയാൾ പറഞ്ഞു. "ഒന്നോർക്കുമ്പോ."

സുജാതയുടെ ആശംസാക്കുറിപ്പുണ്ടായിരുന്നു. ഇന്നലെ.

"ഉല്ലാസപ്രദമായ വിശ്രമജീവിതത്തിന് ദൈവം അനുഗ്രഹിക്കട്ടെ... അല്ലാതെന്തുപറയാൻ? കഴിഞ്ഞതൊക്കെയോർക്കുമ്പോൾ... എനിക്ക് ബോധ്യമുണ്ട്, എന്നെ സ്നേഹിച്ചിട്ടേയുള്ളൂ..."

വായിച്ചപ്പോൾ ചിരിക്കാനാണ് തോന്നിയത്. കത്തിന്റെ ഒടുവിൽ സുജാത കോറിയിട്ട വാക്കുകൾ കൂടിയായപ്പോൾ.

"നമ്മുടെ മകൾ ജൂഹുവിലെയാ ഫ്ളാറ്റ് വാങ്ങി, അവളുടെ മോഹമായിരുന്നു. അച്ഛനോടവൾക്ക് തീർത്താൽ തീരാത്ത നന്ദിയുണ്ട്."

മകൾ. ഏകമകൾ.

മഹാനഗരത്തിലെ പ്രശസ്തമായ ഗുഡ്സമരിറ്റനിൽ ഗൈനക്കോളജിസ്റ്റായ മകൾക്ക് ഫ്ളാറ്റ് വാങ്ങാൻ പണത്തിനു പോരായ്മ. അച്ഛന്റെ തറവാടു വിറ്റ പണം കിട്ടിയാൽ മകൾക്കെങ്ങനെ നന്ദി പറയാതിരിക്കാനാവും?

മകൾ എഴുതിയിരുന്നു:

ജൂഹുവിൽ ഒരു ഫ്ളാറ്റിനു വില പറഞ്ഞു. മോഹവിലയാണ്. അച്ഛനൊന്ന് സഹായിച്ചേ പറ്റൂ. എന്റെ പേർക്കെഴുതി വയ്ക്കാമെന്ന് പറഞ്ഞ നാട്ടിലെയാ പഴയ വീടും പുരയിടവും വിറ്റ് കിട്ടുന്ന പണം മതി. അല്ലേലും ആൾസഞ്ചാരമില്ലാത്ത ആ വലിയ വീട്ടിൽ അച്ഛനെങ്ങനെ ഒറ്റയ്ക്ക് കഴിയും? വിരോധമില്ലെങ്കിൽ അച്ഛന് ഇവിടേയ്ക്ക് വരാം.

പഴയതൊക്കെ ഓർക്കുമ്പോ, അമ്മയ്ക്കും പശ്ചാത്താപമുണ്ട്. വിശേഷിച്ചും പപ്പിയുടെ ഡാഡി മരിച്ചേപ്പിന്നെ. പപ്പി ഭർത്താവിനൊപ്പം ഇംഗ്ലണ്ടിലാണ്. ആ വീട് അവൾ വാടകയ്ക്ക് കൊടുത്തപ്പോൾ അമ്മയ്ക്ക് ഇറങ്ങിപ്പോരേണ്ടിവന്നു. അമ്മ ഇപ്പോൾ ഞങ്ങളോടൊപ്പമാണ്.

അമ്മ ഇവിടെ ഒരുമിച്ചുള്ളത് അച്ഛന് ബുദ്ധിമുട്ടാവില്ലല്ലോ?

മകൾ എവിടെയൊക്കെയോ സ്പർശിക്കുകയാണ്.

നാട്ടിലെ വീടും പുരയിടവും വിറ്റ് അച്ഛൻ ഇവിടേയ്ക്ക് വരിക. അമ്മ തനിച്ചാണ്. അമ്മ ഇപ്പോൾ പശ്ചാത്തപിക്കുന്നു.

പപ്പിയുടെ ഡാഡി മരിച്ചതോടെ, അമ്മ അച്ഛനെ ഓർത്തു വിലപിക്കുന്നു...

ഇരുപത്തിയൊന്നുവർഷങ്ങൾക്കുശേഷം.

പപ്പിയുടെ ഡാഡി മരിച്ചതോടെ-

ജീവിച്ചിരിക്കുന്നവരെയോർത്ത് വിലപിക്കുന്നതെന്തിന്?

പൊരുത്തക്കേടുകളുടെ രാപകലുകൾക്ക് അറുതിവരുത്താൻ അവൾ തന്നെയാണല്ലോ തീരുമാനിച്ചത്. മഹാനഗരത്തിന്റെ സമൃദ്ധിയിൽ പുതിയ ജീവിതം തേടിയതും. മകളേയും തന്നിൽനിന്ന് പറിച്ചെടുത്തു കൊണ്ടു പോയത് ആദ്യമൊക്കെ കുറേ വേദനിപ്പിച്ചു. ഒടുവിലൊടുവിൽ അതും...

പുറംകാഴ്ചകൾ വിരസമായി തോന്നിയതോടെ അയാൾ ഗൗരിയിലേക്ക് മടങ്ങിയെത്തി. കുറച്ചുനേരം.

പിന്നെ പുസ്തകത്തിൽനിന്നു മുഖമുയർത്തി, അൽപ്പനേരം ആകാശത്തേക്ക് നോക്കിയിരുന്നു.

ഒരിക്കൽ മാത്രമാണ് മകളെക്കാണാൻ അയാൾ അവിടെ പോയത്.

ജുഹുവിലെ കടൽത്തീരത്ത് സുജാതയുടെ അനുവാദത്തോടെ മകളോടൊപ്പം അൽപ്പനേരം...

ബീച്ച്റോഡിൽ, സുജാത പറഞ്ഞയച്ചതനുസരിച്ച്, ആ മനുഷ്യൻ കാറുമായി കാത്തുനിന്നിരുന്നു. സൂര്യൻ അസ്തമിക്കുന്നതോടെ അവളെ കൂട്ടിക്കൊണ്ടുപോകാൻ.

ഏകമകൾ.

പിരിയാൻ നേരം അവൾ അയാളുടെ മാറിൽ മുഖമമർത്തി കുറച്ചു നേരം.

ഇളംചൂടുള്ള കണ്ണീരിന്റെ നനവ് അയാളുടെ മാറിൽ.

വിളിച്ചാൽ അവൾ ഒപ്പം വരുമായിരുന്നു. അയാൾക്കത് അറിയാമായിരുന്നു. പിന്നീട് സുജാതയോട്, അതേക്കുറിച്ച് അയാൾ ഫോണിൽ സൂചിപ്പിക്കുകയുണ്ടായി.

"കുറച്ചുകാലം മകൾ തന്നോടൊപ്പം കഴിഞ്ഞാലോ?"

ഫോണിൽ മൗനം.

അൽപ്പനേരം കഴിഞ്ഞ് സുജാത ചോദിച്ചു:

"വിളിച്ചാൽ അവൾ വരുമെന്ന് ഉറപ്പുണ്ടോ?"

"വരും." അയാൾ പറഞ്ഞു. "അവൾ എന്റെയൊപ്പം വരും."

"അച്ഛന്റെയൊപ്പം ജീവിക്കാൻ, അല്ലേ?" സുജാത ചിരിച്ചു. അയാൾ മൗനം പൂണ്ടു.

"അവളുടെ അച്ഛൻ നിങ്ങളാണെന്ന് അവൾ വിശ്വസിക്കുന്നതു കൊണ്ട്." സുജാതയുടെ സ്വരത്തിനു മുനവച്ചു. "ആ വിശ്വാസം തകർക്കാൻ എനിക്ക് ഒരേയൊരു നിമിഷം മതി. മറുത്തൊരു വാക്ക്."

ഫോൺ താഴെവയ്ക്കുംമുമ്പ് അവൾ പറഞ്ഞു: "എന്നെക്കൊണ്ടതു പറയിക്കരുത്. സത്യമതല്ലെങ്കിൽ പോലും"

മകൾ. അവൾ വേദനിക്കരുതെന്ന് അയാൾ ആഗ്രഹിച്ചിരുന്നു.

തനിക്കും സുജാതയ്ക്കുമിടയിൽ അവൾ – സുജാതയോടയാൾക്ക് വെറുപ്പോ പരിഭവമോ തോന്നിയില്ല. അവൾ ചെയ്തതായിരുന്നു ശരി. വർഷങ്ങളോളം മനസിൽ സൂക്ഷിച്ചിരുന്നയാൾ ജീവിതത്തിലേക്ക് നടന്നുകയറി വന്നപ്പോൾ അവൾ –

ഗൗരിയുടെ താളുകൾക്കിടയിൽനിന്ന് പിച്ചകപ്പൂക്കളുടെ ഗന്ധം ഉയർന്നു.

ഗൗരി ചോദിക്കുന്നു:

"എന്താണ് ആലോചിച്ചുകൊണ്ടിരിക്കുന്നത്, ഒന്നും പറയാതെ?"

അയാൾ പെട്ടെന്നു ഞെട്ടി. പിന്നീട് പതുക്കെ പറഞ്ഞു:

"ഇല്ല ഒന്നുമില്ല."

രണ്ട്

കുറ്റാലത്ത് എത്തിയപ്പോൾ സന്ധ്യമയങ്ങിയിരുന്നു.

ഉണ്ണിത്താൻ വിളിച്ചു പറഞ്ഞിരുന്നെങ്കിലും പാലസിൽ മുറി ഒഴിവുണ്ടായിരുന്നില്ല. സെക്രട്ടറീസ് ബംഗ്ലാവിൽ സ്യൂട്ടൊഴിവുണ്ട്.

"റോഡ് മുറിച്ചുകടക്കണം."

കാവൽക്കാരൻ യെസുക്കി പറഞ്ഞു:

"അവിടെയാവുമ്പോ കൊട്ടാരത്തേക്കാൾ ആഡംബരവും സൗകര്യങ്ങളും കൂടും."

പാലസിൽ, പൂമുഖത്തോടു ചേർന്നുള്ള കെട്ടിലാണ് മുമ്പൊക്കെ താമസിച്ചിരുന്നത്. വേപ്പുമരങ്ങളിൽ തഴുകിവരുന്ന കാറ്റ്.

"അവിടെ ആരാണ് താമസക്കാർ?"

"ഒരു റൂം വന്ത് റിപ്പയർ," യെസുക്കി ഒന്നിനൊന്ന് അകന്നും വരി തെറ്റിയും നിന്ന പുകക്കറ പിടിച്ച പല്ലുകൾ നിരത്തിച്ചിരിച്ചു. "പക്കത്തിലേ, തിരുനേൽവേലീലെ വന്ത ഒരു ഫാമിലി."

തിരുനെൽവേലി എന്നു കേട്ടതും അയാൾ പുറത്തുനിന്ന് തഴുതിട്ട മുറിയിലേക്ക് നോക്കി.

അവർ ജലപാതത്തിൽ പോയിരിക്കുകയാവും.

നാളെ രാവിലെ തിരുനെൽവേലിക്കാർ മുറിയൊഴിയുമെന്ന് യെസുക്കി പറഞ്ഞു. അവർ പാപനാശത്തേക്ക് പോകുംവഴിയാണ്.

പാപനാശം.

കുറ്റാലത്തു വരുമ്പോഴൊക്കെ കരുതാറുണ്ട്. ഒന്നൊന്നരമണിക്കൂർ യാത്രയേയുള്ളു.

ഇത്തവണയെങ്കിലും പാപനാശത്തിൽ അവർ ഒപ്പമുണ്ടാകുമോ?

"സർവീസിൽനിന്നും ഇന്നലെ പിരിഞ്ഞു അല്ലേ?"

കഥകളിൽ നിന്ന് ഗൗരി ഇറങ്ങിവന്നു.

"എങ്ങനെയറിഞ്ഞു?"

"ഞാൻ ഊഹിച്ചു." അവൾ ചേർന്നുനിന്ന് അയാളുടെ അവിടവിടെ തെളിഞ്ഞ നരയിൽ വിരലോടിച്ചു. "ദാ ഇത് കണ്ടപ്പോൾ ബോധ്യായി."

"ഇല്ല, ഇല്ല." അവൾ പിന്നെ പറഞ്ഞു. "നമ്മൾക്കൊരിക്കലും വയ സാവുകയില്ല."

"റ്റീ ശാപ്പിടലാം, സാർ?"

യെസുക്കി ഇടയ്ക്കു കയറി.

"ധൃതിയില്ല," അയാൾ പറഞ്ഞു. "ഫോളിൽപ്പോയി കുളിച്ചു വരാം, അതുകഴിഞ്ഞാവാം ചായ."

കൊട്ടാരത്തിന്റെ ഇടനാഴിയിൽ നിന്ന് വേഷം മാറി, തുകൽപ്പെട്ടി മുറിയിൽ വയ്ക്കാൻ യെസുക്കിയെ ഏൽപ്പിച്ച് തിടുക്കത്തിൽ പുറപ്പെട്ടു.

ജലപാതത്തിൽ തിരക്കു കുറവായിരുന്നു. അധികവും തമിഴർ. കുറച്ച് മലയാളികളും. അവർക്കിടയിലെങ്ങാനും അവൾ?

ശുഷ്കിച്ച നീരൊഴുക്കുപോലെ ഓരോ മുഖങ്ങളിലൂടെയും അയാൾ.

യാത്രാക്ഷീണവും തലേന്നാളിലെ യാത്രയയപ്പ് യോഗങ്ങളുടെ തിരക്കും തീർത്തും ക്ഷീണിതനാക്കിയിരുന്നു.

തിരക്കൊഴിഞ്ഞ ജലപാതത്തിലേക്ക് ഇറങ്ങിനിന്നു.

ശിരസ്സ് പാറയോടു ചേർത്ത്... ധ്യാനത്തിലെന്നപോലെ കണ്ണുകളടച്ച്...

എട്ടൊൻപതുവർഷങ്ങൾക്കുമുമ്പാവണം. അയാളോർത്തു.

സുജാത, തനിച്ചാവലിന്റെ വേദന പകർന്നുതന്ന ആ വേനലറുതി കൾക്കുശേഷം, ഒരിക്കൽ.

സുജാത ജീവിതത്തിലേയ്ക്കൂതിവിട്ട ആവിയൊന്നടങ്ങാൻ ജലപാ തത്തിൽ എത്ര നേരം നിന്നുവെന്നറിയില്ല. ഒരുതരം ജലസമാധി.

ഇരുൾ പരന്നുതുടങ്ങിയിരുന്നു.

മലമുടികളിൽനിന്നൊഴുകിയെത്തിയ ശിവതീർഥത്തിന് പിച്ചകപ്പൂക്ക ളുടെ ഗന്ധമോ?

അന്നേരമാണ് ജലപാതത്തിൽ തനിക്കൊപ്പം മറ്റാരോ ഉണ്ടെന്നയാ ളറിഞ്ഞത്.

മലമുടിയിൽനിന്ന് അതിശക്തമായൊരു പ്രവാഹം താഴേക്കു പതി ച്ചതും അവൾ പരിഭ്രാന്തയായി... അതേ നിമിഷത്തിൽ അവൾക്ക് സ്ഥല കാലബോധമുണ്ടാവുകയും ജലപാതത്തിനു പുറത്തേക്ക് അതിവേഗം തെന്നിമാറുകയും ചെയ്തിരുന്നു. അയാളും.

"ക്ഷമിക്കണം" അവൾ കിതച്ചു. "അറിഞ്ഞില്ല, ഇവിടെ നിൽപ്പുണ്ടെന്ന്."

"ഏയ് അതിനെന്ത്?" അയാൾ പറഞ്ഞു.

"നിന്നോളു ഞാനിതാ പുറപ്പെടുകയായി."

നേരിയ വെളിച്ചത്തിൽ അവളൊരു നീരൊഴുക്കുപോലെ... അവൾ നടന്നു.

പിറ്റേന്ന് പുലർച്ചെ ശിവന്റെ പ്രാചീനമായ ക്ഷേത്രത്തിൽ. കരിങ്കൽസ്തൂപങ്ങളുടെ നിഴലിൽ വെളിച്ചം കടന്നുവരാത്ത അകത്തളത്തിൽ അയാൾക്കരികെ അവൾ. ശ്രീകോവിൽ തുറന്നിറങ്ങി വന്ന പൂജാരി, വിഗ്രഹത്തിൽ നിന്നെടുത്ത മാലയും പ്രസാദവും അയാൾക്കും അവൾക്കുമായി നൽകി. ദക്ഷിണയ്ക്ക് കാത്തുനിൽക്കാതെ തിടുക്കത്തിൽ അകത്തേക്കു പോയി.

അയാളെ കണ്ടതും അവൾ...

കൽവിളക്കുകളുടെ വെളിച്ചത്തിൽ അവളുടെ മുഖത്ത് നേർത്തൊരു സങ്കോചം തിരിയിട്ടു.

കരിങ്കല്ലിൽ തീർത്ത നാലമ്പലത്തിന്റെ വിശാലതയിൽ ഒറ്റപ്പെട്ടവരെപ്പോലെ അവർ.

പുലരിവെളിച്ചം അകത്തേക്ക് കടന്നുവരുന്നതേയുള്ളൂ.

ഒറ്റക്കൽത്തൂണുകളുടെ നിഴലുകൾ അരണ്ടവെട്ടത്തിൽ ആലിംഗനബദ്ധരായി.

"ഇന്നലെ ജലപാതത്തിൽ?"

അയാൾ ബോധപൂർവം സംഭാഷണത്തിനൊരുമ്പെട്ടു.

"ഉം."

അവളുടെ കണ്ണുകളിൽ കൽവിളക്കുകളുടെ വെളിച്ചം അയാളുടെ കാൽവിരലുകളോളം താണു.

പൂജാരിക്കുള്ള ദക്ഷിണ പടിയിൽവച്ച്, അവൾ അയാൾക്കൊപ്പം നടന്നു.

"ദർശനം കഴിഞ്ഞാൽ അൽപ്പനേരം ഇരിക്കണം."

അയാൾ ചുറ്റമ്പലത്തിന്റെ തിണ്ണയിലിരുന്നു. എതിരെ അവളും.

"കേരളത്തിൽ നിന്നാണോ?"

"അല്ല" അവൾ പതിഞ്ഞസ്വരത്തിൽ പറഞ്ഞു. "തിരുനെൽവേലിയിലാണ്."

"മലയാളം പറയുന്നത്?"

"മലയാളിയായതോണ്ട്."

അവൾ ചിരിച്ചു.

"ഞാൻ ആലപ്പുഴയാണ്."

അയാൾ പരിചയപ്പെടുത്തി. അവൾ പുഞ്ചിരിച്ചതേയുള്ളൂ. അയാളെക്കുറിച്ച് എല്ലാം അറിയാവുന്നതുപോലെ.

"തനിച്ചാണോ?"

അയാൾ ചോദിച്ചു.

"അല്ലല്ല, എല്ലാരുമുണ്ട്."

"എല്ലാവരും?"

"എന്റെ മോൾ, അച്ഛൻ."

അവൾ തിടുക്കത്തിൽ പറഞ്ഞു.

"ഞാൻ തനിച്ചാണ്." അയാൾ പുഞ്ചിരിച്ചു.

അവൾ അപ്പോഴും പുഞ്ചിരിച്ചതേയുള്ളൂ. അയാൾ ചോദിച്ചു, "അച്ഛൻ?"

അതിന് മറുപടി പറയാതെ അവൾ എഴുന്നേറ്റു.

"പോട്ടെ നേരം ഒരുപാടായി."

മുൻവാതിലിലൂടെ തെന്നിവീണ പുലരിവെളിച്ചത്തിൽ അവളുടെ മുഖം വിളറിയോ? ഒരിക്കൽക്കൂടി അയാളെ നോക്കി, അവൾ ക്ഷേത്രത്തിനു പുറത്തേക്കിറങ്ങി.

ഉച്ചയോടെയാണറിഞ്ഞത്, പാലസിൽ തന്റെ എതിർവശത്തെ മുറിയിലായിരുന്നു അവളെന്ന്. വാതിൽ എപ്പോഴും അടച്ചിട്ടിരുന്നു. ഇടയ്ക്കെപ്പോഴോ വാർധക്യത്തോടടുത്ത ഒരാൾ...

വരാന്തയിലൂടെ ആയാസപ്പെട്ടു നടക്കുമ്പോൾ അയാൾ അൽപ്പാൽപ്പം അണയ്ക്കുന്നുണ്ടായിരുന്നു.

എന്റെ മോൾ, അച്ഛൻ–

അതിന്റെ അർഥമെന്താണ്? അയാൾ ഏറെനേരം ആലോചിച്ചിരുന്നു. ഒടുവിൽ ആ ശ്രമം ഉപേക്ഷിച്ച്, പാതിവായിച്ചു നിർത്തിയിരുന്ന *മൈഥിലീ നീ എന്റേതാണ്* എന്ന കഥയിലേക്ക് പ്രവേശിച്ച്, കഥാശേഷം വായിക്കാനാരംഭിച്ചതും വാതിൽക്കൽ ആരോ– അവൾ.

"ഞങ്ങൾ പുറപ്പെടുകയാണ്." അവൾ അയാളുടെ കണ്ണുകളിലേക്ക് നോക്കി.

കണ്ണുകളിലേക്കല്ല, കണ്ണുകൾക്കും അപ്പുറത്തേക്കാണ് അവൾ നോക്കുന്നതെന്ന് അയാൾക്ക് തോന്നി.

"ഞാൻ"– അയാൾ എന്തോ പറയാനൊരുമ്പെട്ടു. അതിന് കാത്തുനിൽക്കാതെ അവൾ തിടുക്കത്തിൽ എതിർവശത്തെ മുറിയിലേക്കു പോയി വാതിൽ ചാരി.

അയാളുടെ ഓർമയുടെ അതാര്യതകളിലേക്ക് കുറച്ചു പിച്ചകപ്പൂമണം അവശേഷിപ്പിച്ച്.

സുജാതയുടെ ഒഴിവിലേക്ക് വരികയായിരുന്നില്ല, അവൾ. അതിനും എത്രയോ മുമ്പേ അവൾ അവിടെ...

അയാൾക്ക് അങ്ങനെയാണ് തോന്നിയത്.

വീണ്ടുമൊരിക്കൽ അയാൾ ആകസ്മികമായി അവളെ കണ്ടു.

ഒന്നുരണ്ടു വർഷം കഴിഞ്ഞ്.

കുറ്റാലത്തേക്കുള്ള മറ്റൊരു യാത്രയിൽ. അന്നേരം അയാളുടെ കൈയിൽ *ഗൗരി*യുണ്ടായിരുന്നു.

വണ്ടി തെങ്കാശിയിലെത്തിയതും അയാൾ പുസ്തകത്തിൽനിന്ന് മുഖമുയർത്തി – ദാ അവൾ! നിർത്തിയിട്ട ബസിനെതിരെ, മറ്റൊരു വണ്ടിയിലായിരുന്നു അവൾ.

അവളുടെ ശ്രദ്ധയാകർഷിക്കാൻ അയാൾ എന്തൊക്കെയോ ശ്രമം നടത്തി. അപ്പോഴേക്കും അവളിരുന്ന വണ്ടി നീങ്ങി.

അയാൾക്ക് എന്തുചെയ്യണമെന്നറിയില്ലായിരുന്നു. ഭ്രാന്തമായൊരാവേശത്തിൽ അയാൾ പുറത്തേക്കെത്തിനോക്കി, അവളുടെ നേർക്ക് വിളിച്ചു.

'ഗൗരീ' എന്നായിരുന്നോ അയാൾ വിളിച്ചത്? അങ്ങനെ വിളിക്കാൻ ഏതോ ഉൾപ്രേരണയാൽ അയാൾക്കു തോന്നിയതായിരുന്നോ?

അവൾ തിരിഞ്ഞുനോക്കി.

അയാളെ കണ്ടതും അവൾ അറിയാതെ ഇരിപ്പിടത്തിൽ നിന്നെണീറ്റു. അതിനിടെ അയാളുടെ ബസും മുന്നോട്ടെടുത്തിരുന്നു.

കാഴ്ച മറയുവോളം അവൾ കൈവീശി. അയാളും.

പത്മനാഭന്റെ കഥയിലെ തനിക്ക് ഏറ്റവും ഇഷ്ടമായ വരികൾ പതുക്കെ അയാൾ ഉരുവിട്ടുകൊണ്ടിരുന്നു:

"വണ്ടി എങ്ങോട്ടോ പോവുകയാണ്.

മൈഥിലീ.

നീ എന്നും നീയും,

ഞാൻ എന്നും ഞാനും കാലത്തോളം."

മൂന്ന്

സെക്രട്ടറീസ് ബംഗ്ലാവിലെ ഏകാന്തമായ രാത്രി. അയാൾക്കുറങ്ങാൻ കഴിഞ്ഞില്ല.

ഗൗരി,

ഗൗരിയെക്കുറിച്ചുള്ള ചിന്ത മുറിക്കുള്ളിൽ അയാളെ ചൂഴ്ന്നുനിന്നു. യെസുക്കിയെ വീണ്ടും കണ്ടപ്പോൾ ഒരിക്കൽക്കൂടി ഉറപ്പുവരുത്തി. തിരുനെൽവേലിയിൽനിന്ന് മറ്റാരും അതിഥികളായില്ല.

ഉറക്കംവരാതെ അയാൾ ജനാലകൾ തുറന്നിട്ട്, ആകാശത്തേക്ക് നോക്കിയിരുന്നു. ആകാശത്തിനു തെളിച്ചമുണ്ടായിരുന്നു. മേഘങ്ങൾ നെടുവീർപ്പ് കണക്കെ.

തുറന്നിട്ട ജനാലയുടെ നീളൻ അഴികൾക്കപ്പുറത്തുനിന്ന് കാറ്റ് അകത്തേയ്ക്ക് ഊളിയിട്ടു. മുറ്റത്തെ സൂചിമുഖിമരങ്ങൾ തോളൊപ്പം മുറിച്ചിട്ട മുടി ഉലച്ചാടുകയാണ്. പുറത്ത് അരണ്ടവെളിച്ചമേയുള്ളൂ.

കിഴക്ക് ഒരു നക്ഷത്രം ഉദിച്ചുയർന്നത് പെട്ടെന്നാണ്. അതിൽനിന്ന് ഒരു കിരണം തന്റെ നേർക്ക് വരുന്നായി അയാൾക്ക് തോന്നി. അയാൾ അതിന് ഗൗരിയെന്നു പേരിട്ടു.

മതിലിനുപുറത്ത് ആകാശത്തിനു ചുവട്ടിൽ, അകലെയായി നേരിയ തെളിമ കാണാം. ദൂരെയെവിടെയോ സൂര്യൻ ഉദിച്ചുയരുകയാണ്.

കിഴക്കുദിച്ച നക്ഷത്രത്തിനു കൂടുതൽ തിളക്കമാർന്നു.

കാറ്റ് പിന്നെയും.

എവിടെനിന്നാണ് കാറ്റുവരുന്നത്? ഉള്ളിലെ അലകൾ രൂപമെടുക്കുന്നതോ? ഓർമയുടെ അടരുകളേതോ അടർത്തിയെടുത്തതോ?

സുജാത. മകൾ.

ജൂഹുവിലെ ഫ്ളാറ്റിൽ മകൾ ആഹ്ലാദത്തിമർപ്പിലാവും.

അച്ഛനോടവൾക്ക് തീർത്താൽ തീരാത്ത നന്ദിയുണ്ട്. 'അല്ലേലും ആൾസഞ്ചാരമില്ലാത്ത ആ വലിയ വീട്ടിൽ അച്ഛനെങ്ങനെ ഒറ്റയ്ക്ക്' മകളുടെ ഉൽക്കണ്ഠ.

അച്ഛൻ ഒറ്റയ്ക്കായിരുന്നില്ലെന്ന് മകൾ എങ്ങനെ അറിയാൻ. ചുമരിലെ ഒളിവിടങ്ങളിൽ നിന്നിറങ്ങിവന്ന് ഏകാന്തതയിലേക്കെത്തിനോക്കി,

കൂട്ടിന് ഞങ്ങളില്ലേയെന്ന് ഓർമിപ്പിക്കാറുള്ള ഗൗളികൾ. പരദേശികളായെത്തിയ പൂച്ചകൾ. നിശാശലഭങ്ങൾ.

അവരൊക്കെ ഇപ്പോൾ എവിടെയാവും?

വീട് പൊളിച്ചടുക്കിയതോടെ–ആരുമില്ലെന്നൊരു തോന്നൽ ഈയിടെയായി– വല്ലാത്തൊരു ഒറ്റപ്പെടൽ.

ഒരു വീട് വാടകയ്ക്കെടുത്ത് കൂട്ടിനൊരാളുമൊത്ത്– കൂട്ടിന് ഗൗരി വരുമോ? വരുമെന്ന് മനസ്സ് പറയുന്നു.

എവിടെയോ ഒളിച്ചിരുന്ന്, ഞാനിതാ ഇവിടെ, ഇവിടെ എന്നവൾ പറയുന്നതുപോലെ.

കിഴക്കുദിച്ച നക്ഷത്രത്തിൽ നിന്നൊരു കിരണം അയാളിലേക്ക് നേർരേഖ വീഴ്ത്തി.

ഗൗരി മുടിപ്പിന്നലെടുത്തു മുന്നിലേക്കിടുന്നു. മുറിക്കകം നിറയെ പിച്ചകപ്പൂമണം. ഇരുട്ടിൽ അവളുടെ വൈരക്കൽ മൂക്കുത്തി തിളങ്ങി.

താൻ തനിച്ചല്ല. ഗൗരി ഇവിടെ എവിടെയോ ഉണ്ട്.

ഒരു മിന്നാമിനുങ്ങ് ജനലഴികൾക്കിടയിലൂടെ പറന്നുപോയി. കാറ്റ് ശക്തിപ്രാപിച്ചു.

സൂചിമുഖിയുടെ തലപ്പുകളെയതുലച്ചു.

തുറന്നിട്ട ജനാലയുടെ ഒരാൾപ്പൊക്കമുള്ള അഴികൾക്കിടയിലൂടെ മുറിക്കകത്തേക്കത് ഇരച്ചുകയറി.

പുലർച്ചെ വിളിച്ചുണർത്താൻ യെസുക്കി വരും. ശിവന്റെ കോവിലിൽ പോകണം.

കിഴക്കുദിച്ച നക്ഷത്രത്തെ സാക്ഷിയാക്കി അയാൾ കിടക്കയിലേക്ക് ചാഞ്ഞു.

നാല്

യാത്രയ്ക്കിടയിൽ എപ്പോഴെങ്കിലും വായിക്കാനായി പത്മനാഭന്റെ കഥകളുടെ ശേഖരം അയാൾ കരുതിയിരുന്നു.

ഉറക്കം നഷ്ടപ്പെട്ടപ്പോൾ അയാളതാണ് ചെയ്തത്. പുസ്തകം കയ്യിലെടുത്തതും *വീട് നഷ്ടപ്പെട്ട കുട്ടി* അയാളെ തടവിലാക്കി.

ഒരു ചുവട് മുന്നോട്ടോ പിന്നോട്ടോ വയ്ക്കാനാവാതെ, ശീർഷകത്തിനു ചുവട്ടിൽ അയാൾ അലഞ്ഞു. ഒടുവിൽ ആളൊഴിഞ്ഞ തെരുവിലെ, അവകാശികളില്ലാത്ത വരാന്തകളിലൊന്നിൽ തലചായ്ച്ചു. അയാൾക്ക് എന്നേ വീട് നഷ്ടപ്പെട്ടിരുന്നു. എത്രയോ വർഷങ്ങൾക്കുമുമ്പേ—സുജാത നഷ്ടമാകുന്നതിനും എത്രയോ മുമ്പേ.

തടാകത്തിന്റെ കരയിൽ ആരും കാണാത്ത മൂലയിൽ വളരെ നേരം വെറുതെ ഇരിക്കുമായിരുന്ന കറുത്തകുട്ടി അയാളായിരുന്നു. നക്ഷത്ര

ങ്ങളേയും മേഘങ്ങളേയും മിന്നാമിനുങ്ങുകളേയും കുറിച്ച്, എകാകിയായ, കൂട്ടുകാരാരുമില്ലാത്ത ആ കറുത്ത കുട്ടിയെപ്പോലെ എത്രയോവട്ടം അയാൾ പാടുകയുണ്ടായി.

അയാൾക്ക് ഏഴോ എട്ടോ വയസുള്ളപ്പോൾ, മുണ്ടിന്റെ കോന്തല ഉയർത്തിപ്പിടിച്ച്, നിവർത്തിയ കുടയുമായി, മധ്യാഹ്ന വെയിലിൽ അച്ഛൻ എവിടേക്കോ നടന്നുപോയി. പിന്നീട് തിരിച്ചുവന്നില്ല.

അച്ഛൻ എവിടേക്കാണ് പോയതെന്ന് ഇപ്പോഴും അയാൾക്കറിയില്ല.

സുജാത ജീവിതത്തിലേക്ക് കടന്നുവന്ന് ഒരാണ്ട് തികയും മുമ്പേ അമ്മയും.

ഒടുവിൽ സുജാത. മകൾ:

യെസുക്കി വിളിച്ചുണർത്താൻ എത്തുംമുമ്പേ പുറത്തിറങ്ങി.

കുറ്റാലം ഉണരുന്നതേയുള്ളൂ.

ചേല വാരിച്ചുറ്റിയ തമിഴ്പെണ്ണുങ്ങൾ വീടുകളുടെ മുറ്റം അടിച്ചുവാരുന്നു. ശിവന്റെ കോവിലിനു മീതേ തമിഴ് കീർത്തനത്തിന്റെ കോലാഹലം.

കാഷായവേഷക്കാരിൽ ചിലർ പുറംവരാന്തയിലിരുന്ന് മുറി ബീഡി പുകയ്ക്കുന്നു. ടീസ്റ്റാളിനു മുന്നിൽ ചെറിയൊരു കൂട്ടമുണ്ട്. അതിരാവിലെ ചായയ്ക്കുള്ള തിരക്ക്.

ശ്രീകോവിലിനു മുന്നിൽ അയാൾ കണ്ണുകളടച്ചു നിന്നു.

മറവിയിലെവിടെയോ ആണ്ടു കിടന്നിരുന്ന ശിവപഞ്ചാക്ഷരിയിലെ ആദ്യവരികൾ. അറിയാതെ ഒഴുകി വന്നു.

"നാഗേന്ദ്ര ഹാരായ ത്രിലോചനായ
ഭസ്മാംഗരാഗായ മഹേശ്വരായ..."

എത്ര ശ്രമിച്ചിട്ടും ആ വരികൾക്കപ്പുറം അയാളുടെ ഓർമ കടന്നു പോവുന്നില്ല.

പകരം അമ്മയുടെ ഭസ്മം ചാർത്തിയമുഖം.

അകത്തളങ്ങളിൽ കൊളുത്തിവച്ച നിലവിളക്കിനുമുന്നിൽ അമ്മ. കണ്ണടച്ചു നിൽക്കുമ്പോൾ ഉള്ളിലിരുന്ന് അമ്മ ശിവപഞ്ചാക്ഷരി ചൊല്ലുന്നു.

അകത്തളം. കൊളുത്തിവച്ച വിളക്ക്. അമ്മ.

ആരോ വീടു പൊളിച്ചടുക്കുന്നു.

ജൂഹുവിലെ ഫ്ളാറ്റിൽ മകൾ, സുജാത.

മണിനാദം കേട്ടാണ് ധ്യാനത്തിൽനിന്നുണർന്നത്. എതിർവശത്ത് വേറെയും ചിലർ തൊഴാനെത്തിയിരുന്നു. അവർക്കിടയിൽ– അയാൾ ഞെട്ടി.

ഗൗരി!

അവൾ ഈറൻമുടി പകുത്ത് മുന്നിലേക്കിട്ടിരിക്കുന്നു. കൽവിളക്കുകളുടെ വെളിച്ചത്തിൽ ദീപ്തമായ മുഖം. അരികെ അവളോടു ചേർന്ന് ഒരു ചെറുപ്പക്കാരൻ.

അവൾ, ഗൗരിയുടെ മകളോ? ഗൗരിയുടെ യുവത്വം.

അയാൾ ചുറ്റും തിരിഞ്ഞു: ഗൗരി?

അവൾ പ്രസാദം വാങ്ങി യുവാവിനൊപ്പം നടന്നു. അടക്കത്തിൽ തമിഴിലെന്തൊക്കെയോ പറയുന്നു. തിടുക്കത്തിൽ അവൾക്കു പിന്നാലെ അയാൾ നടന്നു. കൊട്ടാരത്തിലേക്കുള്ള വഴിയിലൂടെ.

പ്രിയപ്പെട്ട കഥാകൃത്തിന്റെ ഗൗരി തന്റെ ജീവിതത്തിലേക്ക് ആഴത്തിൽ ഇറങ്ങുകയാണെന്നയാൾക്ക് തോന്നി.

ഗൗരിയിലെ വരികൾ അയാളുടെ മനസിൽ തെളിഞ്ഞു.

... കാർ ഒരു വളവിൽ സ്പീഡ് കുറഞ്ഞ് പതുക്കെ തിരിഞ്ഞപ്പോൾ ഒരു പെൺകുട്ടി അതിലെ കടന്നുപോയി.

അയാൾ ഞെട്ടി.

ഒരുനിമിഷനേരത്തേക്ക് അയാളുടെ ഹൃദയമിടിപ്പ്.. അയാൾ കടന്നുപോയ ആ പെൺകുട്ടിയെത്തന്നെ നോക്കിയിരുന്നപ്പോൾ, ഏട്ടത്തി പറഞ്ഞു: "നീയറിയില്ലേ അതു നമ്മുടെ പഴയ.."

അയാൾ ഞെട്ടി...

ഏടത്തി എന്തോ ഓർത്തിട്ടെന്നപോലെ ഒരു നിശ്വാസത്തോടെ വീണ്ടും പറഞ്ഞു:

"അവളുടെ അമ്മ..."

അയാൾ ഒന്നും പറയാൻ കഴിയാതെ കണ്ണടയൂരി ടവൽകൊണ്ട് മുഖം തുടച്ചുകൊണ്ടിരുന്നു. ടവൽ നനയുന്നുണ്ടായിരുന്നു...

അവളുടെ അമ്മ- അയാളുടെ ഉള്ളിൽ ഒരു കൊള്ളിയാൻമിന്നി. ഗൗരിയെവിടെ? ഗൗരി വരാതിരുന്നതെന്താവും! ഗൗരിക്കെന്തെങ്കിലും? അയാൾ അതിവേഗം നടന്നു.

ബംഗ്ലാവിനുമുന്നിൽ യെസുക്കി, മോപ്പെഡുമായി കാത്തുനിന്നിരുന്നു. തിരുനെൽവേലിക്കാർ മുറിയൊഴിയുകയാണെന്ന് അയാൾ പറഞ്ഞു. അവർ ശിവന്റെ കോവിലിൽ പോയിരിക്കുന്നു. വന്നാലുടനെ...

അഞ്ച്

കൊട്ടാരത്തിൽ എത്തിയപ്പോഴേക്കും മനസ്സ് അസ്വസ്ഥമായിരുന്നു. അവർ പാപനാശത്തിനു പൊയ്ക്കഴിഞ്ഞിരുന്നു.

യെസുക്കി പഴയ കിടക്കവിരികൾ മാറ്റി പുതിയത് വിരിച്ചു. നിരാശയും വേദനയും തോന്നി.

ആ കുട്ടിയെ ഒരിക്കൽക്കൂടിയൊന്ന്- ഗൗരി വരാതിരുന്നതെന്താവും!

ഏയ് ഇല്ല.

ഒന്നുമുണ്ടാവില്ല.

അസുഖകരമായ ചിന്തകൾ ഒന്നൊന്നായി കൂടുപൊട്ടിച്ച് മനസിലേക്കു കടന്നുവരികയാണ്.

യെസുക്കി ഒഴിഞ്ഞ കൂജയുമെടുത്ത് പുറത്തേക്കു പോയി. അയാളെന്തിന് കൂജ ചുമലിൽ വച്ച്– ചിതയ്ക്ക് വലംവയ്ക്കുന്നതുപോലെ.

ശ്ശെ.

എന്തൊക്കെയോ അശുഭചിന്തകൾ.

യെസുക്കി. ഒഴിഞ്ഞ കൂജ. ചിത.

പ്രായമാകുന്നതിന്റെ തകരാറുകളാണ്.

ഒഴിഞ്ഞ കൂജ അയാൾ തൂക്കിപ്പിടിച്ചിരിക്കുകയാണല്ലോ. കൂജ അയാളുടെ വിരൽത്തുമ്പുകളിലേക്ക് സ്വയം ഊർന്നിറങ്ങുന്നോ? അടുത്ത നിമിഷം അത് താഴെ വീണുടയുമോ?

"ശ്ശോ."

"യെസുക്കീ.."

അയാൾ അറിയാതെ ഒച്ചവച്ചു. യെസുക്കി ഞെട്ടിത്തിരിഞ്ഞതും വിരൽത്തുമ്പിലെ പിടി അയഞ്ഞ് കൂജ നിലത്തുവീണുടഞ്ഞു. യെസുക്കി കുറച്ചുനേരം അയാളെ നോക്കിനിന്നു. പിന്നെ കുനിഞ്ഞ് ഉടഞ്ഞ കഷണങ്ങൾ പെറുക്കി. അയാൾ അസ്വസ്ഥനായി മുറിയിൽ നടന്നു. പിച്ചകപ്പൂക്കളുടെ ഗന്ധം മുറിയിലാകെ തങ്ങിനിൽക്കുന്നു.

ഗൗരി.

മുടിപ്പിന്നൽ മുന്നിലേക്കെടുത്തിട്ട് ഗൗരി പറയുന്നു.

"ഞാനിതാ, ഇവിടെ."

അയാൾ ചുറ്റും തിരിഞ്ഞു. എവിടെനിന്നാവും ഈ ഗന്ധം? അവൾ, ഗൗരിയുടെ മകൾ, പിച്ചകപ്പൂ ചൂടിയിരുന്നോ? അവൾ ഉതിർത്തിട്ടുപോയ പൂക്കൾ ഈ മുറിയിൽ... അതോ വർഷങ്ങൾക്കുമുമ്പ് ഗൗരി അവശേഷിപ്പിച്ചു പോയതോ? അയാൾ മുറിയാകെ നിരീക്ഷിച്ചു.

കിഴക്കേ ചുമരലമാരയുടെ പാതിയടഞ്ഞ പാളിയുടെ മറവിൽ കുറേ പിച്ചകപ്പൂക്കൾ- അയാളത് തുറന്നു.

ഒരു മൺകുടം. പിച്ചകപ്പൂമാല പല മടക്കുകളായി ചുറ്റി, ചുവന്ന തുണികൊണ്ട് വായ മൂടിക്കെട്ടിയ മൺകുടം. അയാളത് കൈയിലെടുത്തു.

പിച്ചകപ്പൂക്കളുടെ ഗന്ധം ഉള്ളിലേക്കാണ്ടിറങ്ങി. കൈകളിൽ വിറയൽ അനുഭവപ്പെട്ടു. മൺകുടം താങ്ങാനാവാതെ അയാളുടെ കൈകൾ ദുർബലങ്ങളാവുന്നു.

ഗൗരീ...

ഗൗരി...

ഗൗരി...

പ്രാർഥനപോലെ അയാളുരുവിട്ടു.

വാതിൽക്കൽ ആരോ വന്നു നിന്നതും, വാതിൽ പാതി തുറന്ന് അകത്തേക്ക് എത്തിനോക്കിയതും അയാളറിഞ്ഞില്ല.

അവൾ.

വാതിൽ തുറന്ന് അമ്പരപ്പോടെ അവൾ അയാളെ നോക്കി.

"സോറി" അവൾ അയാളുടെ അരികിലേക്കു വന്നു.

"ഇതെൻ അമ്മാവോടെ" അയാളുടെ കൈകളിൽനിന്ന് മൺകുടം ഏറ്റുവാങ്ങുന്നതിനിടയിൽ അവൾ മന്ത്രിച്ചു: "നാൻ മറന്നു പോയിട്ടേ,"

വാതിൽ ചാരി പുറത്തേക്കിറങ്ങുന്നതിനിടയിൽ അവൾ ഒരിക്കൽ കൂടി അയാളെ നോക്കി. അയാളുടെ കണ്ണുകൾ നിറഞ്ഞു തൂവുന്നതെന്തിനെന്ന് അവൾക്ക് ആശ്ചര്യം തോന്നിയിട്ടുണ്ടാവണം. എങ്കിലും അതു ഭാവിക്കാതെ അയാളുടെ കണ്ണുകളിലേക്ക് നോക്കി അവൾ പറഞ്ഞു:

*"പാപനാശത്തില് പോറ വഴിയില്..."

ജാലകപ്പഴുതിലെ വെയിൽ

ഇരുട്ടിന്റെ തുരുത്തിൽ നിന്നു വെളിച്ചത്തിലേക്കുള്ള വരവാണ് ജനനം. മരണം അതേ തുരുത്തിലേക്കുള്ള മടക്കയാത്രയും. ഇതിനിട യിലെ വെളിച്ചത്തിന്റെ ഇത്തിരിപ്പോന്ന നടപ്പാതയല്ലേ, ജീവിതം?

ഓപ്പറേഷൻ മേശമേൽ കുഞ്ഞുങ്ങളെ ഭൂമിയിലേക്കു വരവേൽക്കു ന്നതിനിടയിൽ ഹേമലത ഓർക്കാറുള്ളതാണിതൊക്കെ.

"എന്നുവച്ച് വെളിച്ചത്തിന്റെ വഴിത്താരകളിലൊക്കെയും വെളിച്ചമാ ണെന്ന തോന്നല് വേണ്ട കേട്ടോ," ഓരോ കുഞ്ഞിനെയും ഇളംചന്തി യിൽ മെല്ലെയൊന്നു തട്ടിയുണർത്തുന്നതിനിടയിൽ അവൾ സ്വയം പറ യും. "വെളിച്ചമുള്ളിടത്തെല്ലാം നിഴലുണ്ടാവും. മറുകരയിൽ ഇരുട്ടും ഒളി ച്ചിരിപ്പുണ്ടാവും. വെളിച്ചം വഴിമാറുന്ന തക്കം പാർത്ത്"

അൽപ്പനേരം മുമ്പ് നിലീനയുടെ ഫോൺവിളിപോലും അതുതന്നെ യാണ് ഓർമിപ്പിച്ചത്. "സാന്ദീപനിയിലെ ഗൈനക്ക് വിഭാഗത്തിലെത്തുന്ന ഗർഭിണികൾ നിന്നെയാണ് ചോദിക്കുന്നത്. വെളിച്ചത്തിന്റെ വഴിത്താര യിലേക്ക് അവരുടെ കുഞ്ഞുങ്ങളെ വരവേൽക്കാൻ അമേരിക്കേന്നു വന്ന ഡോ. ഹേമലത തന്നെ വേണം. നീ എവിടെയാണ്? ഏത് ഒളിത്താവള ത്തിലാണ്? ഞാനെന്താണ് അവരോട് സമാധാനം പറയേണ്ടത്? ഇന്നേക്ക് ആറു ദിവസമാകുന്നു നീയിവിടം വിട്ടു പോയിട്ട്.." നിലീന പരിഭവിച്ചു.

"നിലീനാ, രണ്ടുനാൾ കൂടി." അതു പറഞ്ഞ് ഫോൺ വയ്ക്കുമ്പോഴും രാജീവനു വേണ്ടിയുള്ള തിരച്ചിൽ ഇനിയും എത്രനാൾ നീളുമെന്ന് യാതൊരു ഊഹവുമില്ലായിരുന്നു.

എത്രയോ ദിവസങ്ങളായി ഉറങ്ങാൻ കഴിയുന്നതേയില്ല. രാജീവനെ എവിടെയെല്ലാം തെരഞ്ഞു. അങ്ങനെയാണ് ഒടുവിൽ ഈ സർക്കാർ

അതിഥിമന്ദിരത്തിലെത്തിയത്. ഇവിടെ വന്നപ്പോഴാണറിയുന്നത്. രാജീവൻ എന്നേ ഇവിടം വിട്ടിരിക്കുന്നു.

"എവിടെയുണ്ടാവുമെന്ന്" അവൾ ചോദിച്ചു. "ഒരു ഊഹമെങ്കിലും?" വർഷങ്ങളായി അതിഥിമന്ദിരത്തിന്റെ സൂക്ഷിപ്പുകാരനും നടത്തിപ്പുകാരനുമെല്ലാമായ രാവുണ്ണിനായർ അൽപ്പനേരം ആലോചിച്ചിരുന്നു.

"ഞാനാലോചിച്ചിട്ട് ഒറ്റ വഴ്യേ ഇനി ബാക്കിയൊള്ളൂ." അയാൾ പറഞ്ഞു. "ഏതേലും ഇത്ര ദൂരം ദീർഘയാത്ര ചെയ്തു വന്നതല്ലേ, ഡോക്ടറ്. രണ്ട് നാൾകൂടി ഈടൈതങ്ങ്യാലോ? നമുക്കൊന്നു തെരയാം, ന്താ?"

ഗോത്രവികസനത്തിന് സർക്കാർ നിയോഗിച്ച പ്രോജക്ട് ഓഫീസറായിരുന്നു രാജീവൻ. ഏഴെട്ടു വർഷം ഈ ജില്ലയിലായിരുന്നു. അങ്ങനെയാണ് രാവുണ്ണിനായർക്ക് പരിചയം. ഇടയ്ക്ക് അതിഥിമന്ദിരത്തിൽ വരും. ഒന്നുരണ്ടു നാൾ തങ്ങും.

"ഇതുവഴി പോയാലും ഒന്നുകേറി കുശലം ചോദിച്ചിട്ടേ മടങ്ങൂ. മനുഷ്യപ്പറ്റ് അത്രയ്ക്കൊണ്ടേ. പിന്നെ ആരും കൗതുകത്തോടെ നോക്കിപ്പോകുന്ന പ്രകൃതമായിരുന്നല്ലോ?" രാവുണ്ണി നായർ മന്ദഹസിച്ചു.

"ഒത്ത ഉയരത്തിൽ മെലിഞ്ഞിട്ട് മുട്ടൊപ്പം ഇറങ്ങിക്കിടക്കുന്ന പരുക്കൻ കുപ്പായം. അതുപോലൊരു കുപ്പായം വേറെ കണ്ടിട്ടില്ല. ജുബ്ബായാണോന്നു ചോദിച്ചാ ജുബ്ബയല്ല. കഴുത്ത് നമ്മടെ പഴേ ഷർട്ടിന്റെ മാതിരി, മുഴുക്കയ്യൻ. ചെലപ്പോ അത് മുട്ടുവരെ തെറുത്തു വയ്ക്കും. അങ്ങനെ കരുതലോടെ തെറുത്തു വയ്ക്കണതല്ല. കൈത്തണ്ടയിലൂടെ മേലോട്ടു തെറുത്തൊരു കേറ്റം. തലമുടീമ്മേ ചീർപ്പ് തൊടീച്ചിട്ടൊണ്ടാവില്ല. താടീം അങ്ങനെ തന്നെ. അവിടവിടെ ഒന്നുരണ്ട് നരേണ്ട്. മൂപ്പരതൊന്നും ഗൗനിക്കാറേയില്ല.

ചാക്കുപോലത്തെ കട്ടികൂടിയ കാലുറ. കാലുമ്മേ പഴകിപ്പഞ്ചറായൊരു തോൽച്ചെരിപ്പും. കൈത്തണ്ടമേൽ വാച്ച് കെട്ടി കണ്ടിട്ടേയില്ല. എന്നുവെച്ച് സമയം കിറുകൃത്യം. പത്തുമണീന്നു വച്ചാ പത്തടിക്കുമ്പം ആള് റെഡി. അതെങ്ങനാ? ഒരുചോട് ഇവിടെ വച്ചാ അടുത്ത ചോട് ദാ, ഒരു ഫർലോങ്ങ് ദൂരെയാ. ഗാന്ധിജി ഉപ്പു സത്യാഗ്രഹത്തിനു പോയപോലല്ലേ നടത്തം.

പിന്നെ ഒരു ദുശ്ശീലൊണ്ട്. വെറ്റിലേം സുഗന്ധ അടയ്ക്കേം ചുണ്ണാമ്പും കൂട്ടി ഇടയ്ക്കിടെയുള്ള മുറുക്ക്. മനുഷ്യനായാൽ എന്തേലും ദുശ്ശീലം വേണോല്ലോ? അടുത്തു വന്നാ ഏതുനേരോം സുഗന്ധപ്പാക്കിന്റെ വാസനയാ.

ചിരിച്ചിട്ടല്ലാതെ ഇന്നേവരെ കണ്ടിട്ടില്ല. ചിരീന്നു വച്ചാ ആരെ കണ്ടാലും മലർക്കെ ചിരിക്കണെ ബെടക്ക് രാഷ്ട്രീയക്കാർടെ ചിരിയല്ല. ഒരു ചിരി. അത് ചുണ്ടിലോ കണ്ണിലോ കവിളിലോ എവിടേലും എപ്പഴും ഒളിഞ്ഞു കെടപ്പൊണ്ടാവും.

എപ്പ നോക്കിയാലും തോളത്തൊരു തുണി സഞ്ചീണ്ടാവും. അതില് മൂന്നോ നാലോ പുസ്തകോം വെറ്റില മുറുക്കാൻ പൊതീം, അത്യാവശ്യം വേണ്ട എന്തേലും സാധനങ്ങളുണ്ടാവും. വെറുതെയിരിക്കണ നേരത്തെല്ലാം വായന തന്നെ വായന. പുസ്തകം മടീല് വെച്ച്, കസേരമേൽ ചാരിക്കെടന്ന്, താളുകളങ്ങനെ പറത്തി വിടണത് കാണാം. നടത്തം പോലെ തന്നെ വായനേം.

ഇടയ്ക്കെപ്പഴേലും ഒന്നു വിളിക്കും: "രാവുണ്ണിയേട്ടാ, കടുപ്പം കൊറ

ച്ചൊരു കട്ടൻ." മൂപ്പര്ടെ സ്പെഷലാ അത്. അല്ലാതെ വല്ലപ്പോഴും വിളിക്കുന്നേലത് പഴയ റിക്കാർഡ് പ്ലെയറ് കുത്തിക്കൊടുക്കാനാവും. ഇവിടെ ജാംബവാന്റെ കാലത്തെയൊരു റിക്കാർഡ് പ്ലെയറൊണ്ടേ. പഴേ കൊറച്ചു ഗ്രാമഫോൺ റിക്കാർഡുകളും. അറ്റോം അരികും തേഞ്ഞ കൊറേ ഹിന്ദിപ്പാട്ടുകള്. എന്നാലും മൂപ്പർക്കതിഷ്ടാ.

"സോജാ രാജകുമാരീ.." രാവുണ്ണി നായർ ഈണത്തിൽ പാടി.

"പണ്ട് പാടീട്ടൊണ്ടേ, സൈഗാളാ സൈഗാള്! ഇപ്പൊ ഒച്ചയെടുക്കാൻ വയ്യ. ഞാ പിന്നെ വായനക്കെടേല്, പുസ്തകം നിവർത്തിയ പാടേ മടിയിൽ വച്ച്, കണ്ണുകളടച്ച്, കസേരമേൽ പിന്നാക്കം ചാരിയങ്ങനെ കെടക്കും. പാട്ട് തീരുവോളം. കാലുമ്മേ കാല് കേറ്റി വച്ചോണ്ടുള്ള, ആ കെടപ്പിൽ വിരലുമ്മേൽ താളം പിടിക്കണതു കാണാം. അതുകണ്ടാൽ തോന്നും നീണ്ടു മെല്ലിച്ച ആ വിരലുകളാണോ പാട്ട് ആസ്വദിക്കണതെന്ന്.

മാസത്തില് ഒരിക്കലെങ്കിലും ഇവിടെ വന്ന് രണ്ടുനാൾ തങ്ങാതിരിക്കുകേല. വരുന്നൂന്നറിഞ്ഞാൽ തൊടിയിലേക്ക് ജനാല തൊറക്കാവുന്ന

ഒമ്പതാം നമ്പർ മുറി ഒഴിച്ചിട്ടേക്കും. പിന്നെ, മൂപ്പർക്കൊരു സ്വഭാവമുണ്ട്. വെച്ചുപൂട്ടൊന്നുമില്ല. ഏതുനേരോം വാതിലും ജനാലയുമെല്ലാം തൊറന്നിട്ടേക്കും. രാത്രി കെടന്നുറങ്ങുമ്പഴും അതാ പതിവ്.

വാതിലുകളൊക്കെയിങ്ങനെ തൊറന്നു മലർത്തിയിട്ടാലോ, വല്ലോരും വല്ലതുമൊക്കെ അടിച്ചുമാറ്റുകേലേ എന്നു ചോദിച്ചാ മൂപ്പര് ഒരു ചിരി ചിരിക്കും: "അവർക്ക് അത്രയ്ക്ക് ആവശ്യംണ്ടായിട്ടാവില്ലേ, രാവുണ്ണിയേട്ടാ, എടുത്തോണ്ടു പോട്ടെ. വല്ല്യ വല്ല്യ ആപ്പീസർമാരും മന്ത്രിമാരും വന്നു തങ്ങുന്ന എടമാണല്ലോ ഇവിടം." രാവുണ്ണി നായർ പറഞ്ഞു. "അങ്ങനെ യാരെയോ കാണാൻ വന്നതാണൊടുക്കം. പിന്നെ കേട്ടു. ജോലി രാജി വെച്ചെന്ന്. അതേപ്പിന്നെ ഈ വഴിക്കു വന്നിട്ടില്ല."

"രാജി വയ്ക്കാൻ?" ഹേമ ചോദിച്ചു. "പ്രത്യേകിച്ചെന്തെങ്കിലും?"

"അതിനു പ്രത്യേകിച്ചു കാരണം വേണോ?" രാവുണ്ണിനായർ അരിശത്തോടെ പറഞ്ഞു. "നല്ല രീതിയിൽ എന്തേലും ചെയ്യാൻ സമ്മതിക്കുവോ ഈ കള്ള രാഷ്ട്രീയക്കാര്? അവർക്കു കയ്യിട്ടു വാരാൻ പറ്റണില്ലാന്നു കണ്ടപ്പം പ്രോജക്ടിന്റെ ചൊമതലേന്നു മാറ്റി."

"എന്നിട്ട്," അവൾക്ക് ആകാംക്ഷയായി. "രാജീവൻ ഇവിടം വിട്ട് എവിടേക്കാ പോയത്?"

"ഇവിടം വിട്ട് പോവാനോ? നല്ല കഥ", രാവുണ്ണിനായർ ചിരിച്ചു. "മൂപ്പർക്ക് ഇവിടം വിട്ടു പോവാനാവുമോ? ഈ നാടുമായും നാട്ടാരുമായും അത്രയ്ക്ക് എണങ്ങീരുന്നല്ലോ?"

രാജീവൻ പിന്നെ എവിടേയ്ക്കാണ് പോയത്? രാജീവനെ ഇവിടവുമായി ബന്ധിപ്പിച്ചിരുന്ന കണ്ണികളെന്തായിരുന്നു? എന്നിട്ടും രാജീവൻ ഇവിടം വിടാനിടയായത്? ഹേമ ആലോചിച്ചിരുന്നു.

ഉച്ചയോടെ രാജീവന്റെ വിവരങ്ങൾ ചോദിച്ചറിയാൻ രാവുണ്ണിനായർ ഏർപ്പാടാക്കി മുഡുഗപ്പയ്യൻ മരുതനെ ബൊമ്മിയാം പടിക്കയച്ചു. അവിടെ രാജീവനെക്കുറിച്ചറിയാവുന്ന കുറേ ചെറുപ്പക്കാരുണ്ട്.

"ഗോത്രംന്നോ മറ്റോ പേരില് ഒരു സംഘം, ആനക്കെട്ടിക്കടുത്ത്," മരുതനെ യാത്രയാക്കുന്നതിനിടെ രാവുണ്ണി നായർ പറഞ്ഞു. "അതില് പ്രവർത്തിക്കുന്ന ചെറുപ്പക്കാരാ."

ബൊമ്മിയാം പടിക്കു പോയ മുഡുഗപ്പയ്യൻ ഉറങ്ങാൻ കിടക്കുവോളം മടങ്ങി വന്നിരുന്നില്ല. "ദൂരം കുറച്ചേറെയുണ്ടേ," രാവുണ്ണിനായർ പറഞ്ഞു. "മടക്കയാത്രേല് ഏതോലും ഷാപ്പിന്റെ പടിക്കല് വീണിട്ടൊണ്ടാവും."

രാവേറെച്ചെന്ന് അവൻ വന്നിട്ടുണ്ടാവുമോ? ഉറക്കം ഭംഗപ്പെടുത്തേണ്ടെന്ന് കരുതി രാവുണ്ണി നായർ വിളിക്കാതിരുന്നതാണെങ്കിലോ? എണീറ്റ് ജാലകപ്പാളി തുറന്നുനോക്കി. പൂമുഖത്ത് ആളനക്കമുണ്ട്. മുഡുഗപ്പയ്യൻ എത്തിയിട്ടുണ്ടാവുമോ? രാവുണ്ണിനായർ ഉണർന്നിട്ടുണ്ടാവണം. കമ്പിളി

ശീല വാരിപ്പുതച്ചു. വിരലുകളിലേക്ക് അരിച്ചിറങ്ങുന്ന കുളിരിനെ തുരത്താൻ രോമക്കുപ്പായത്തിന്റെ കൈ ഇറക്കിയിട്ടു.

കുപ്പായത്തിനു ഗോമസിന്റെ ഗന്ധമുണ്ടോ? വിയർപ്പും സുഗന്ധലേപവും ഇഴചേർന്ന പുരുഷഗന്ധം. ഗോമസ് ഇപ്പോഴും അദൃശ്യനായി പിന്തുടരുകയാണോ? രാജീവന്റെ ലോകം തേടി പുറപ്പെട്ട ഹേമയെ പ്രലോഭിപ്പിച്ച് അവശേഷിക്കുന്ന വേരുകളും പിഴുതെറിയാൻ?

രണ്ട്

മുറി സാക്ഷയിട്ടിറങ്ങി.

ഇടനാഴിയിലൂടെ നടക്കുമ്പോൾ സാന്ദീപനിയിലെ സ്ത്രീകളുടെ വാർഡാണ് മനസിൽ. ഇരുവശത്തേയും ജനാലകളിലൂടെ ഊളിയിട്ടു വരുന്ന കാറ്റിന്റെ ആരവം.

ഗോമസിനെ വിട്ടുപോരുമ്പോൾ രാജീവനെ ദിവസങ്ങൾക്കകം കണ്ടെത്താനാവുമെന്നായിരുന്നു പ്രതീക്ഷ. രാജീവനു വേണ്ടിയുള്ള തിരച്ചിൽ നീണ്ടപ്പോഴാണ് സാന്ദീപനിയിൽ ആഴ്ചയിൽ നാലുനാൾ കൺസൾട്ടേഷനു സമ്മതം മൂളിയത്. നിലീന നിർബന്ധിച്ചപ്പോൾ എതിരു പറയാനായില്ല. പഴയ സഹപാഠിയല്ലേ.

പ്രാചീനമായൊരു കൊട്ടാരക്കെട്ടു വിലയ്ക്കു വാങ്ങി നഗരത്തിൽ പുതിയൊരാശുപത്രി സ്വന്തമായി തുടങ്ങിയിട്ടേയുള്ളൂ, അവൾ. നിലീനയ്ക്കു ഭ്രാന്തുപിടിച്ചിട്ടുണ്ടാവും. രാജീവനെ തിരഞ്ഞുള്ള യാത്ര ആറു നാൾ പിന്നിട്ടിരിക്കുന്നു. എവിടെയെല്ലാം തെരഞ്ഞു? ഒടുവിലാണറിഞ്ഞത്, ഇവിടെയുണ്ടാവുമെന്ന്. നിലീനയ്ക്കൊരു കുറിപ്പെഴുതിവച്ച് പുറപ്പെടുകയായിരുന്നു.

കാൽപ്പെരുമാറ്റം കേട്ട് രാവുണ്ണിനായർ ശിരസു ചുറ്റിയ കമ്പിളിശ്ശീല പൊന്തിച്ചു നോക്കി. "ങ്ഹാ, ഒറക്കം മത്യാക്കിയോ, ത്ര വേഗം?"

"ഉറങ്ങാനാവണില്ല," അവൾ പറഞ്ഞു. "എന്താ കുളിര്?"

"ശീതം ഇക്കുറി ഇത്തിരി ജാസ്ത്യാണ്," രാവുണ്ണി നായർ കമ്പിളി വാരിച്ചുറ്റി. "ചൂടോടെ ലേശം ചുക്കുകാപ്പി അനത്തിയാലോ?"

"ഓ വേണംന്നില്ല."

"ന്നാലും, "രാവുണ്ണിനായർ കിടക്കപ്പായ തെറുത്തിവെച്ചെണീറ്റു. "രാത്രിയായാല് എനിക്കു നാലഞ്ചുവട്ടം ഇത്തിരെ ചൂടുവെള്ളം, മോന്തണം. ആസ്ത്മ അസാരം ശല്യം ചെയ്യണൊണ്ട്." സ്റ്റവ്വിൽ വെള്ളം പകർന്നുവെച്ച് രാവുണ്ണിനായർ തീ കൊളുത്തി. "അല്ലാ" സ്റ്റൗ പമ്പു ചെയ്യുന്നതിനിടെ രാവുണ്ണിനായർ മുഖം തിരിച്ചു. "നിങ്ങടെ അലോപ്പതീല് ഇവനെ ഓടിക്കാൻ തക്ക ഒറ്റമൂലികളൊന്നുമില്ലേ?"

അതിനു മറുപടി പറഞ്ഞില്ല.

രാജീവനെക്കുറിച്ചാലോചിക്കുകയായിരുന്നു. രാജീവൻ എവിടെയായിരിക്കും? കാഴ്ചയിൽ എത്രത്തോളം മാറീട്ടുണ്ടാവും? വർഷങ്ങളെത്ര കഴിഞ്ഞിരിക്കുന്നു? ഓർക്കുന്നുണ്ടാവുമോ ഹേമയെ? ഓർക്കാതിരിക്കാനാവുമോ രാജീവന്? വിപ്ലവത്തിന്റെ കനൽവെട്ടം തേടിയുള്ള യാത്രയിൽ തനിച്ചാക്കി പോവുകയായിരുന്നില്ലേ? വിപ്ലവത്തിലേക്കുള്ള പാതയിൽ ഹേമ രാജീവന് ആരുമായിരുന്നില്ലേ? ബാല്യകാലസഖിയെന്നതിനപ്പുറം ഒരു സഹയാത്രികയായി ഹേമയെ ഒപ്പം കൂട്ടാമായിരുന്നില്ലേ?

രാജീവൻ അവശേഷിപ്പിച്ചു പോയ ശൂന്യതയിലേക്കായിരുന്നു നെൽസൺ ഗോമസ് എന്ന കരുത്തനായ തെമ്മാടിയുടെ കടന്നുവരവ്. ഇരുണ്ട് രോമാവൃതമായ മേനിക്കരുത്തായിരുന്നു, നെൽസൺ ഗോമസ്. ദൃഢതയുള്ള പേശികളായിരുന്നു. വന്യമായ പൗരുഷമായിരുന്നു. ഹേമയുടെ സ്ത്രൈണതയ്ക്കു മുന്നിൽ നെൽസൺ ഗോമസ് വെല്ലുവിളിയായി. ആരേയും കൂസാത്ത തന്റേടിപ്പെണ്ണിന്റെ അഹന്തയെ കീറിമുറിക്കാൻ പ്രതിയോഗിയെപ്പോലെ കടന്നുവരികയായിരുന്നു, നെൽസൺ ഗോമസ്.

മെഡിക്കൽ കോളേജിലെ ക്ലിനിക്കൽ ഇയറിന്റെ ആദ്യനാളുകൾ. അന്നൊരു ഒഴിവുദിവസമായിരുന്നു. ഹോസ്റ്റൽ മുറിയിൽ തനിച്ച്. നിലീന വീട്ടിൽ പോയിരുന്നു. ഹോസ്റ്റൽ ഉച്ചയുറക്കത്തിലായിരുന്നു.

ആരോ തഴുതിട്ട വാതിലിൽ മുട്ടി. കതക് തുറന്നതും മുന്നിൽ നെൽസൺ ഗോമസ്. കരിമ്പാമ്പിനെപ്പോലെ കഴുത്തിൽ തൂക്കിയിട്ട സ്റ്റെത്തുമായി ഗോമസ് കൊടുങ്കാറ്റ് കണക്കെ.

"നിന്റെ അനാട്ടമി ഞാനൊന്നു പഠിക്കട്ടെ, പെണ്ണേ," ഗോമസ് വാതിൽ അകത്തു നിന്നു തഴുതിട്ടു. "ഏയ് പേടിക്കാനൊന്നുമില്ല. എല്ലാം ഉരിഞ്ഞുമാറ്റി ഒരു മെഡിക്കൽ ചെക്കപ്പ്."

ഒച്ചവയ്ക്കും മുമ്പേ ഗോമസ് കടന്നുപിടിച്ചു. അയാളുടെ കരുത്താർന്ന കൈകളിൽ പിടയാനല്ലാതെ...

ഉറക്കെ വിളിച്ചുകൂവിയിട്ടുണ്ടാവണം. ഒച്ച പുറത്തുവന്നില്ല. മദ്യത്തിന്റെ രൂക്ഷഗന്ധം വമിപ്പിച്ച, പുകക്കറപിടിച്ച തടിച്ച ചുണ്ടുകൾ അതു പുറത്തുവിട്ടില്ല. വാതിൽക്കൽ ആരൊക്കെയോ ഓടിക്കൂടിയപ്പോഴേക്കും ഗോമസ് പരിശോധന പൂർത്തിയാക്കിയിരുന്നു.

"ഷീയീസ് നൗ പെർഫെക്റ്റിലി ഓൾ റൈറ്റ്." സ്റ്റെത്ത് ചുരുട്ടി പുറത്തേക്കിറങ്ങുന്നതിനിടെ ഗോമസ് വാതിൽക്കൽ കൂടിയവരോടായി പറഞ്ഞു. "വല്യ പുള്ളിയാന്നാ ഇവള്ടെ ഭാവം. അത് ശരിയല്ലല്ലോ, നമ്മളൊക്കെ ഇവിടേള്ളപ്പോ..." കോണിപ്പടിയിലും വരാന്തയിലുമായി കാവൽ നിന്നിരുന്ന വാനരസേന ഗോമസിനെ ആർപ്പുവിളികളോടെ എതിരേറ്റു.

ഗോമസ് കോളേജിൽനിന്നു പുറത്താക്കപ്പെട്ടു. ക്യാമ്പസിലെ തെമ്മാ

ടിയായിരുന്നു ഗോമസ്. മൊഴി കൊടുത്തതിനു പകരംവീട്ടാൻ ഗോമസ് ഏതുനേരവും വരുമെന്നു ഭയന്നു. ഒരുദിവസം അയാൾ വന്നു. ഇരട്ട സിലിണ്ടർ ഘടിപ്പിച്ച, കറുകുറ്റൻ ബൈക്കിൽ. ഗോമസ് തനിച്ചായിരുന്നു. ക്യാമ്പസ് ശ്വാസമടക്കി നിൽക്കെ ചുരുട്ടിവച്ച മുഴുക്കൈ തെറുത്തു കേറ്റി, കോണി കയറി കൊടുങ്കാറ്റുപോലെ അയാൾ ക്ലാസ് മുറിയിലേക്കു വന്നു.

ആരേയും ഗൗനിക്കാതെ അരികിലേക്കാണ് വന്നത്. "വെറുക്കരുതെന്നെ," അയാൾ കണ്ണുകളുടെ ആഴങ്ങളിലേക്കാണ് നോക്കിയത്. "ഇനി ക്യാമ്പസിലേക്കില്ല. ഞാൻ, മാപ്പുചോദിക്കാനാണ് വന്നത്." മറുപടിക്കു കാത്തുനിൽക്കാതെ, വൂളൻ ജാക്കറ്റിന്റെ കടവാതിൽ ചിറകുവീശി ഗോമസ് പറന്നകന്നു.

പിന്നീടാണറിഞ്ഞത്, ഗോമസ് നാട്ടിലും ചെന്നിരുന്നു. നേരെ പോയത് അമ്മയുടെ മുറിയിലേക്കായിരുന്നു. വാതത്തിന്റെ ആധിക്യത്തിൽ അമ്മ കട്ടിലിൽ തന്നെയായിരുന്നു. ഗോമസ് കട്ടിലിനരികെ ഇരുന്നു. അമ്മയുടെ ചലനശേഷിയറ്റ കൈത്തലം ചേർത്തുപിടിച്ചു കേണു: "ശപിക്കരുതെന്നെ."

ഗോമസ് ജീവിതത്തിലേക്കു കടന്നുവരികയായിരുന്നു. ഇടയ്ക്കിടെ അമ്മയെ കാണാൻ ഗോമസ് വന്നുപോയി. പിറക്കാതെ പോയ മകനെപ്പോലെ, അമ്മയുടെ ഏകാന്തതയിൽ ഗോമസ് തുണയായി. പഠിത്തം മുടങ്ങിയ ഗോമസിന്, അമേരിക്കയിൽ രണ്ടാം ഭാര്യയോടൊത്ത് കഴിയുന്ന പപ്പായുടെ അടുത്തേക്ക് അന്നേ പറക്കാമായിരുന്നു. ഗോമസ് പോയില്ല. ഗോമസ് കാത്തിരുന്നു.

രാവുണ്ണിനായർ ചുക്കുകാപ്പിയുമായി വന്നു. "ആ പറയാൻ വിട്ടു," കാപ്പി കൈമാറുന്നതിനിടയിൽ അയാൾ പറഞ്ഞു. "മരുതൻ വന്നപ്പൊ ഇരുട്ടി."

"രാജീവന്റെ വിശേഷം എന്തേലും?"

"അതിന് ഈ പോത്തിന് ബോധംണ്ടായിട്ടു വേണ്ടേ?"

രാവുണ്ണിനായരുടെ ദൃഷ്ടി പുമുഖത്തോളം നീണ്ടു. അവിടെ മൂടിപ്പുതച്ചു ചുരുണ്ടു കിടന്നുറങ്ങുകയാണ് മുഡുഗപ്പയ്യൻ. കീശ തപ്പിനോക്കിയപ്പോ ഒരു തുണ്ടുകടലാസു കിട്ടി. ബോമ്മിയാം പടീലെ ചെക്കന്മാർ എഴുതിക്കൊടുത്തുവിട്ടതാണ്, രാജീവൻ സാറിന്റെ വിശേഷങ്ങള് അറിയാവുന്നൊരാളുണ്ടത്രെ. ഉച്ചതിരിഞ്ഞ് ഇങ്ങട്ട് വരണ്ണ്ട്."

"അതാര്?"

"ഏതോ ഒരു മുഡുഗപ്പെണ്ണ്. പേര്" രാവുണ്ണിനായർ ആലോചിച്ചു. "ങാ, ഒരു മാര."

മൂന്ന്

ഇതായിരുന്നു അതിഥിമന്ദിരത്തിൽ രാജീവൻ പതിവായി ഉപയോഗിച്ചിരുന്ന ഒമ്പതാം നമ്പർ മുറി. ജനാല തുറന്നിട്ടാൽ തൊടിയിലെ പച്ചപ്പ് മാത്രം. മൂന്നുവശവും പുറത്തേക്കു തുറക്കാവുന്ന ജനാലകൾ. അതിഥിമന്ദിരത്തിൽ ഒമ്പതാം നമ്പർ മുറിക്കു മാത്രമേ ഉണ്ടാവൂ ഈ സവിശേഷത. നീണ്ട വരാന്ത അവസാനിക്കുന്നിടത്താണ് മുറി. വരാന്തയ്ക്കരികിലെ കൽത്തൂണുകളുടെ നീണ്ടനിര കടന്നുവേണം ഒമ്പതാം നമ്പർ മുറിയിലെത്താൻ. വരാന്തയിലേക്കെത്തിനോക്കി അഞ്ചിതളുള്ള മഞ്ഞപ്പൂക്കളുടെ ആരവം. പൂക്കളുടെ ആരവമോ? ഓർത്തപ്പോൾ അവൾക്കു കൗതുകം തോന്നി.

വിൻസെന്റ് വാൻഗോഗിന്റെ മഞ്ഞപ്പൂക്കളുടെ ചിത്രം ആദ്യമായി കണ്ടത് രാജീവന്റെ മുറിയിലായിരുന്നു. വാൻഗോഗിന്റെ ആരാധകനായിരുന്നു, അന്നൊക്കെ രാജീവൻ. ചുമരുകളിലെങ്ങും വാൻഗോഗ് ചിത്രങ്ങൾ. ഒക്കെയും രാജീവൻ പകർത്തി വരച്ചതായിരുന്നു. സാക്ഷാൽ വാൻഗോഗ് വന്നു നോക്കിയാൽ കൂടി തിരിച്ചറിയില്ല. അവൾ അവയുടെ പേരുകൾ ഓർക്കാൻ ശ്രമിച്ചു – ആർലേക്കാരിയായ യുവതി, നഗരപ്രാന്തത്തിലെ വയൽ, പൂവിട്ട പേയർ മരം, മഞ്ഞക്കസേര, സൂര്യകാന്തി.. പിന്നെയും... ഓർമയിൽ അടുക്കിവയ്ക്കാനാവുന്നില്ല.

വാൻഗോഗ് ചിത്രങ്ങൾക്കരികെ ഒരിക്കലൊരു കുറിപ്പ് കണ്ടു: ഇന്നലെ അതിശാന്തവും മനോഹരവുമായൊരു കാഴ്ച ഞാൻ കണ്ടു. വിളഞ്ഞ ചോളത്തിന്റെ നിറവും ചാമ്പൽനിറമുള്ള തലമുടിയും ഇളംകറുപ്പും വെള്ളയും ചേർന്ന കണ്ണുകളും ഇളംമഞ്ഞ പുള്ളിപ്പാവാടയുമുടുത്ത പെൺകുട്ടി.. സ്വപ്നത്തിലെ വയൽവരമ്പിലൂടെ അവൾ ആരെയോ തിരഞ്ഞു നടക്കുന്നു. ആരെയാവും അവൾ തേടുന്നത്...? അവൾ അതിനു ചോട്ടിൽ ആരും കാണാതെ കുറിച്ചു: 'മറ്റാരെയുമല്ല, ഈ നാടൻ വാൻഗോഗിനെ' ഹേമ എഴുതിയ പ്രണയത്തിന്റെ ആദ്യാക്ഷരങ്ങൾ അതായിരുന്നു.

രാജീവന്റെ മുറിയുടെ ചുമരുകളിൽ വാൻഗോഗിന്റെ മഞ്ഞപ്പ് ക്രമേണ മാഞ്ഞുതുടങ്ങി. സൂര്യകാന്തിപ്പൂക്കളും പൂവിട്ട പേയർ മരവും എവിടേക്കു വഴിമാറിയെന്നറിയില്ല. അവിടെ ബൊളീവിയൻ കാടുകളിൽ ഒളിപ്പോരിനിറങ്ങിയ ചെഗുവേരയുടെ ചിത്രങ്ങൾ തെളിഞ്ഞു. നെരൂദയുടെ വരികൾ തെളിഞ്ഞു.

രാജീവന്റെ വായനമുറിയിലെ പുസ്തക ഷെൽഫിൽ പുതിയ പുസ്തകങ്ങൾ നിരന്നു.

എങ്ങനെ നല്ല കമ്യൂണിസ്റ്റാവാം
  –ലൂഷാവ്കി

എന്താണ് മാർക്സിസം?
- എമിൽ ബേൺസ്
ചെയുടെ ഗറില്ലാ പോരാട്ടം
- റെഡിസ് ഡിബ്രേ
കമ്യൂണിസ്റ്റ് മാനിഫെസ്റ്റോ.
ദാസ് കാപ്പിറ്റൽ..

രാജീവനിലും വന്നു രൂപമാറ്റം. കാഴ്ചയിലൊരു 'ചെ'. അലക്ഷ്യമായി നീട്ടി വളർത്തിയ മുടി. ഊർന്നിറങ്ങിയ മീശ. കവിളിലും കീഴ്ത്താടിയിലും എത്തിനോക്കുന്ന രോമത്തുടിപ്പുകൾ.

രാജീവനെ കൂട്ടുവിളിച്ച് കാവിൽ തിരിതെളിക്കാൻ പോയ സന്ധ്യ. ശരകൂടങ്ങളിലെ കരിയിലകൾ പെറുക്കിമാറ്റിയും കൽവിളക്കിലെ തിരിത്തുമ്പ് ഞെക്കിപ്പിഴിഞ്ഞും നേരമൊന്നിരുളാൻ കാത്തുനിന്നു. രാജീവൻ ഒരു നാഗത്താനായി വന്ന് ചുറ്റി മുറുക്കിയെങ്കിലെന്നാശിച്ചു. കയ്യിൽ നെരൂദയുടെ കവിതകളുമായി വേറേതോ സ്വപ്നലോകത്തായിരുന്നു, രാജീവൻ.

മെഡിസിനു ചേർന്നു കഴിഞ്ഞ് മാസത്തിലൊരിക്കൽ അവധിക്കു നാട്ടിൽ വരുമ്പോൾ, പുലർച്ചെ വണ്ടിക്കു യാത്രയാക്കാൻ രാജീവൻ പടിഞ്ഞാറേപ്പുരയിൽ വന്നു രാക്കൂട്ടുകിടന്ന രാത്രികളിലൊന്നിൽ.

ക്ലിനിക്കൽ ക്ലാസുകളിൽ മനുഷ്യശരീരത്തിന്റെ ബലങ്ങളും ബലഹീനതകളും അറിഞ്ഞു തുടങ്ങിയിരുന്നു. അമ്മയ്ക്ക് വാതത്തിന്റെ ശല്യം കടുത്തിരുന്നു. ഉറങ്ങാനുള്ള പതിവു മരുന്നുകഴിച്ച് അമ്മ ഉറങ്ങിയെന്ന് ഉറപ്പായതും പടിഞ്ഞാറേപ്പുരയിലേക്കു ചെന്നു. രാജീവൻ മെഴുകുതിരി വെട്ടത്തിൽ ഏതോ പുസ്തകവുമായി സംവാദത്തിലായിരുന്നു. ജനലിന്റെ പാളി തുറന്നതും രാജീവൻ ഞെട്ടിയെണീറ്റു: "ഹേമ ഈ നേരത്ത്?"

മേരി ടെയ്ലറുടെ *ഇന്ത്യൻ തടവറയിൽ അഞ്ചുവർഷങ്ങൾ.* അവളത് താഴെയിട്ടു.

മെഴുകുതിരി വെട്ടത്തിൽ രാജീവൻ പാലമുറ്റത്തെ ഗന്ധർവനെപ്പോലെ, രാജീവൻ വാതിൽ തുറന്നതും അകത്തുകയറി വാതിൽ പിന്നിൽ നിന്നു ചാരി.

"ഹേമാ, എന്താണിത്?" രാജീവൻ പരിഭ്രമിച്ചപോലെ, "പുലർച്ചെ വണ്ടിക്കു പോകാനുള്ളതല്ലേ?"

"വേണ്ട ഞാനുറങ്ങുന്നില്ല," അവൾ അയാളുടെ ചുമലിൽ കൈചുറ്റി.

"ഉറക്കം വരണില്ലെനിക്ക്."

ചുണ്ടിൽ മുഖം അമർത്തിയതും രാജീവൻ കയ്യിലിരുന്ന പുസ്തകം കൊണ്ട് തടുത്തു.

"രാജീവൻ" അവൾ ഉരുകി, "എവിടേക്കാണീ ഒളിച്ചോട്ടം?"

"പുതിയൊരു സൂര്യോദയത്തിലേക്ക്," രാജീവന്റെ സ്വരം കനത്തിരിക്കുന്നു. "അതിനായി എന്നാലാവുന്നത് എനിക്ക് ചെയ്യണം." "ചരിത്രപരമായ എന്റെ ദൗത്യമാണത്. അതുവരെ"

"അതുവരെ?" അവൾ അയാളുടെ നേർക്കുറ്റുനോക്കി.

"ഹേമ പോയുറങ്ങ്," രാജീവൻ അവളുടെ തോളിൽ തട്ടി. "പുലർച്ചെ എണീക്കേണ്ടതല്ലേ? ഇത് പ്രത്യയശാസ്ത്രം ചർച്ച ചെയ്യാനുള്ള നേരമല്ല."

അതുപറഞ്ഞ് അയാൾ പുറത്തേക്കിറങ്ങി. പിന്നാലെ അവളും. രാജീവനോടന്നു തോന്നിയത് ഈർഷ്യയോ വെറുപ്പോ അടക്കാനാവാത്ത അമർഷമോ എന്നറിയില്ല. പിന്നീടൊരിക്കലും പുലരിവണ്ടിക്കു കൂട്ടുവരാൻ രാജീവനെ വിളിച്ചില്ല. രാജീവൻ വന്നതുമില്ല.

രാജീവൻ അവശേഷിപ്പിച്ച മരവിപ്പിലേക്കായിരുന്നു നെൽസൺ ഗോമസിന്റെ കടന്നുവരവ്, കരിമ്പാമ്പിനെപ്പോലെ കഴുത്തിൽ തൂക്കിയിട്ട സ്റ്റെത്തുമായി..

നാല്

എയർപ്പോർട്ടിൽ യാത്രയാക്കാനെത്തിയപ്പോൾ ഗോമസിന്റെ കണ്ണുകൾ നനവാർന്നിരുന്നു. വിരലുകൾ കൈക്കുള്ളിലാക്കി ഒന്നുമുരിയാടാതെ നിന്നപ്പോൾ ഗോമസിന്റെ ചുവന്നുകലങ്ങിയ കണ്ണുകളിൽ അറിയാതെ നോക്കി.

ഗോമസിന്റെ മിഴികൾ പറയുന്നുണ്ടായിരുന്നു. "ഞാൻ കാത്തിരിക്കും. എനിക്കുറപ്പുണ്ട്, നീ വൈകാതെ മടങ്ങിവരും."

എയർപ്പോർട്ടിലേക്കു കാറോടിക്കുന്നതിനിടയിലും ഗോമസ് ഒരേ പല്ലവി ആവർത്തിച്ചുകൊണ്ടേയിരുന്നു. "പറയൂ ഞാനെന്തു തെറ്റു ചെയ്തു നിന്നോട്? കടലുപോലെ സ്നേഹം തന്നില്ലേ? നീയിപ്പോൾ തിരക്കേറിയ ഗൈനക്കാണിവിടെ. നാട്ടിലെത്ര പ്രാക്ടീസ് കിട്ടിയാലും ഇവിടത്തെയീ ജീവിതം – എനിക്കു മനസിലാവണില്ല, നിനക്കെന്താണിവിടെ പോരായ്മ?"

ഗോമസ് അൽപ്പമിട മൗനംപൂണ്ടു. പിന്നെ കുറ്റബോധം ഇറക്കിവയ്ക്കുന്നതുപോലെ പറഞ്ഞു: "നമുക്കു കുഞ്ഞുങ്ങളുണ്ടാവാതെ പോയത്, അത് നമ്മൾ രണ്ടാളുടേയും ഫെയ്ത്."

"ഇല്ല ഗോമസ്, പിറക്കാതെ പോയ കുഞ്ഞുങ്ങളെയോർത്ത് ഞാനൊരിക്കലും ദുഃഖിച്ചിട്ടില്ല, ലേബർ റൂമില് ദിവസവും എത്രയോ കുഞ്ഞുങ്ങളെ ഭൂമിയിലേക്ക് എതിരേൽക്കാനുള്ള ഭാഗ്യം ദൈവം തരുന്നു. അതുപോരെ, എനിക്ക്?"

ഗോമസിന്റെ വിവശമായ മുഖം ഉള്ളിൽ പകപോക്കലിന്റെ ആനന്ദമുണർത്തിയോ? ഗോമസ് അൽപ്പനേരത്തേക്ക് ഒന്നും ഉരിയാടിയില്ല.

പിന്നെ സ്വയമെന്നോണം പറഞ്ഞു. "അതിനും എത്രയോ പോം വഴികളുണ്ടായിരുന്നു. നിന്റെയീ കടുംപിടുത്തം നീ ഉപേക്ഷിച്ചിരുന്നുവെങ്കിൽ."

നിർജീവങ്ങളായ സ്വന്തം ബീജങ്ങളെയോർത്ത് ദുഃഖിക്കുമായിരുന്നു ഗോമസ്. അത്തരം ചില നിമിഷങ്ങളാണ്, സത്യത്തിൽ ഇത്ര കാലവും ഗോമസിനെ തളച്ചുനിർത്തിയത്.

ഗോമസ് എന്തു പാവമാണെന്നു തോന്നാറുണ്ട്, ചിലപ്പോഴെല്ലാം. പുറമേ കാണുന്ന മെയ്ക്കരുത്തും ദൃഢതയും ഗോമസിന്റെ മനസിനില്ല. ന്യൂ അവന്യൂവില്, നാൻസി ഷീൽഡിന്റെ അപ്പാർട്ട്മെന്റിലേക്ക് ഒളിച്ചും പതുങ്ങിയും കാറോടിച്ചു പോവുമ്പോൾ പോലും.

അടുത്ത കമ്പാർട്ട്മെന്റിലെ കുഞ്ഞിന്റെ നിർത്താതെയുള്ള കരച്ചിൽ ഉറക്കം കെടുത്തിയ രാത്രികളിലൊന്നിൽ ഗോമസ് വല്ലാതെ അസ്വസ്ഥനായി വിളിച്ചുണർത്തി: "നമുക്കൊരു കുഞ്ഞു വേണ്ടടോ? താൻ കേക്കണില്ലേ ആ കുഞ്ഞിന്റെ കരച്ചിൽ?"

കിടക്കയിൽ നിന്നുയർത്തി താങ്ങിയെടുത്ത് ഗോമസ് മാറിലേക്കു ചായ്ച്ചിരുത്തി. "എന്റെ ബീജങ്ങൾക്ക് തന്നെയൊരിക്കലും അമ്മയാക്കാനാവില്ലെന്ന് തനിക്കറിയാമല്ലോ? മറ്റു പോംവഴികളെക്കുറിച്ച്.. ഏതിനും എനിക്കു സമ്മതമാണ്. തന്റെ മനസിനിണങ്ങുന്ന ഒരാളുമായിപ്പോലും.."

"ഗോമസ് നിങ്ങളെന്താണീ പറയുന്നത്?"

"ഹേമാ ഈവൻ ഫോർ ദാറ്റ്," ഗോമസിന്റെ ഒച്ചയിടറി "നാട്ടിൽ താൻ ഇഷ്ടപ്പെട്ടിരുന്ന ആ ആളുമായി."

"ഗോമസ്.." അവളുടെ വിളി ഗോമസിന്റെ നെഞ്ചിലേക്കാണ് തുളച്ചു കയറിയത്. "രാജീവനെക്കുറിച്ച്... നിങ്ങളെന്തു കരുതി?"

മേഡിസൺ ഫോർത്ത് അവന്യൂവിലെ അപ്പാർട്ട്മെന്റിൽ ഗോമസ് ഇപ്പോൾ ഉറക്കത്തിലേക്കു തെന്നി വീണിട്ടുണ്ടാവുമോ? നരച്ച നീലക്കണ്ണുകളുള്ള പ്യൂസിയെ തഴുകിത്തഴുകി? ഗോമസിന്റെ മെയിലുണ്ടായിരുന്നു. 'നീ പോയതിനു പിന്നാലെ കൂട്ടിനൊരാളെ ഞാൻ വിലയ്ക്കു വാങ്ങി. ചുണ്ടിനു കീഴെ നിന്നെപ്പോലെ കറുത്ത മറുകുള്ളൊരു പൂച്ചക്കുട്ടിയെ. പിന്നെ, നാൻസിയെ ഞാൻ പറഞ്ഞുവിട്ടു. നീ പോയതോടെ അവളും പോയീന്നു പറയുന്നതാവും ശരി. ഗവേഷണം പൂർത്തിയാക്കണം. തീസിസ് കൊടുക്കണം എന്നൊക്കെ പറഞ്ഞ്.. ഇനിയെങ്കിലും മടങ്ങി വന്നൂടെ നിനക്ക്?'

ഇല്ല ഗോമസ്, ഹേമ എന്നെന്നേയ്ക്കുമായി അവിടം ഉപേക്ഷിച്ചു. ശേഷിക്കുന്ന ജീവിതം ഈ മണ്ണിൽ.. ഇനി ഇവിടെ പോലിഞ്ഞു തീരണം. അതിനിടെ എവിടെയായിരുന്നാലും രാജീവനെ കണ്ടെത്തണം. ഒരിക്കലെങ്കിലും രാജീവനോടൊപ്പം മിണ്ടീം പറഞ്ഞുമിരിക്കണം, കുറച്ചു നേരം ഒന്നിനുമല്ല, വെറുതെ, വെറുതെ...

ഉച്ചയോടെ അവൾ വരും. ആ മുഗുഡപ്പെണ്ണ്. രാജീവനെവിടെയാണെന്ന് അവൾക്കറിയാമായിരിക്കും.

ഉച്ചതിരിഞ്ഞാണ് അവൾ വന്നത്. കാവിലെ കൽവിളക്കിന്റെ കറുപ്പായിരുന്നു, അവൾക്ക്.

"ഞാൻ മാര," വന്നപാടേ അവൾ പരിചയപ്പെടുത്തി. ഒമ്പതാം നമ്പർ മുറിയിലേക്ക് മുഖവുര കൂടാതെ ഒരതിഥി. "ഫിൻലാൻഡീന്നൊരു പഠന സംഘം വന്നിരുന്നു," അവൾ പറഞ്ഞു. "യാത്രയാക്കാൻ വൈകി."

ജനലഴികൾക്കിടയിലൂടെ ചാഞ്ഞുപതിച്ച വെയിൽ നാളം. അവളുടെ ഒറ്റക്കൽ മൂക്കുത്തി തിളങ്ങി. അവളുടെ ചലനങ്ങൾ, സംഭാഷണത്തിലെ ചടുലത – കൗതുകത്തോടെ നോക്കിയിരുന്നു. ഗോത്രഭാഷ മാത്രമറിയാവുന്ന, പുറംലോകം കാണാത്ത ഏതോ മുഗുഡപ്പെണ്ണിനെയാണ് മനസിൽ കരുതിയത്. ഇവൾ...

"മാഷിന്റെ വേണ്ടപ്പെട്ടവരാരോ വന്നൂന്ന് മരുതൻ പറഞ്ഞു," മാര വിഷയത്തിലേക്കു കടന്നു.

വേണ്ടപ്പെട്ടവരെന്നു പറയാൻ എന്താണർഹത? അവളോർത്തു. പഴയൊരു സുഹൃത്തെന്നു പറഞ്ഞാലോ? അതോ ബാല്യകാല സഖിയോ?

"രാജീവൻ എവിടെയാണ്?" അവൾ പെട്ടെന്നു ചോദിച്ചു. "കണ്ടിട്ട് കാലം കുറെയായി. ഒന്ന് കാണണംന്ന്ണ്ട്."

"ആരെന്നു പറഞ്ഞില്ല," അതിനു മറുപടി പറയാതെ മാര ചോദിച്ചു. "മാഷിന്റെ?"

"ആരുമല്ല." അവൾ പറഞ്ഞു. "പഴയൊരു സുഹൃത്ത്."

മാര എന്തോ ഓർക്കാൻ ശ്രമിച്ചു.

"ഹേമ.. ഡോ. ഹേമലത?" അവൾ ചോദിച്ചു. "അമേരിക്കേന്ന്?"

"ഓ, വന്നപാടേ രാവുണ്ണിനായര് എല്ലാം പറഞ്ഞിരിക്കുന്നു, അല്ലേ?" അവൾ മന്ദഹസിച്ചു.

"രാവുണ്ണിയേട്ടനല്ല," മാര പുഞ്ചിരിച്ചു. "മാഷ് പറഞ്ഞറിയാം."

വെയിൽനാളം അവളുടെ കവിളിലെ എണ്ണക്കറുപ്പിൽ തെന്നിവീണു. അവൾ പുഞ്ചിരിക്കുകയാണോ, കളിയാക്കി ചിരിക്കുകയാണോ? അവളുടെ മുഖഭാവം വായിച്ചറിയാനാവുന്നില്ല.

"രാജീവൻ?" ഹേമ ചോദിച്ചു. "എന്നെക്കുറിച്ച്?"

"ഒരിക്കൽ സംഗതിവശാൽ പറഞ്ഞതാണ്," മാര ചിരിച്ചു.

"നേരില് കാണാനാവുംന്ന് കരുതിയില്ല."

"രാജീവൻ എവിടെയുണ്ട്?" അവൾക്കു ക്ഷമ കെട്ടു. "എവിടെയായാലും കാണണമെനിക്ക്."

"എവിടെയായാലും?" മാര അവളെ നോക്കി.

നനവാർന്നൊരു ചിരി അവളുടെ ചുണ്ടുകളിൽ എത്തിനോക്കി. ഇവൾ

എല്ലാമറിഞ്ഞിട്ടുണ്ടോവുമോ? രാജീവൻ എല്ലാം ഇവളോട് പറഞ്ഞിട്ടുണ്ടാവുമോ? മനസ്സ് ആരുടേം മുന്നില് തുറന്നുവയ്ക്കുന്ന പ്രകൃതമല്ല, രാജീവന്റേത്. അപ്പൊ രാജീവൻ ഇവളുമായി...

"ഞാനും കാത്തിരിക്കുകയാണ്." മാര മുഖം കുനിച്ചു. അവളുടെ ശബ്ദത്തിലെ കുസൃതി അലിഞ്ഞുപോയിരുന്നു.

"രാജീവൻ എവിടെക്കാണ് പോയത്?" അവൾ ചോദിച്ചു.

"ഒരു നീണ്ടയാത്രയില്." മാര മുഖമുയർത്തി.

"എന്നാ മടങ്ങി വർക?"

"അറിയില്ല," അവൾ എണീറ്റു, "വരും. എല്ലായ്പോഴും... ഒന്നും നമ്മള് കണക്കു കൂട്ടുംപോലെയാവണംന്നില്ലല്ലോ."

"മാര പറഞ്ഞു വരുന്നത്?" അവൾ ഉൽക്കണ്ഠയോടെ അവൾക്കരികിലേക്കു ചെന്നു.

"ഒന്നുമെനിക്കറിയില്ല," മാര അവളുടെ വിരലുകൾ കൈക്കുള്ളിലാക്കി. "മാഷെ തേടി ഇത്രദൂരം വന്നതല്ലേ? തിടുക്കം ഇല്ലേല് രണ്ട് നാൾ ഒന്നിച്ചു നിന്നൂടേ, മാഷ് പടുത്തുയർത്തിയ ഗോത്രത്തില്?"

അവൾ മാരയുടെ വിരലുകളിൽ മുറുകെപ്പിടിച്ചു.

അഞ്ച്

ഉച്ചവെയിൽ താണതും അതിഥിമന്ദിരത്തിലെ ഒമ്പതാം നമ്പർ മുറിയൊഴിഞ്ഞ് ഗോത്രത്തിലേക്കു പുറപ്പെട്ടു. ബസവനാണ് ജീപ്പോടിച്ചത്. കൂടെയുള്ളത് രമേശൻ. മാര പരിചയപ്പെടുത്തി. ഗോത്രത്തിന്റെ അണിയറക്കാർ. സുഖകരമായൊരു തണുപ്പിന്റെ വലയം ഭേദിച്ചു മലമ്പാതകളിലൂടെ യാത്ര ചെയ്യുമ്പോൾ മാര പറഞ്ഞു: സ്വപ്നസാക്ഷാൽക്കാരം എന്നൊക്കെ പറയാറില്ലേ? മാഷിന്റെ സ്വപ്ന സാക്ഷാൽക്കാരമാണ്, ഗോത്രം." മാര ഗോത്രത്തെക്കുറിച്ച് വാചാലയായി.

"നാലഞ്ചു വർഷം മുമ്പ് ഒരു സെമിനാറിലാണ് മാഷ് ഗോത്രസ്വപ്നം അവതരിപ്പിച്ചത്. ഇടനിലക്കാരനില്ലാതെ കൃഷിയിറക്കിയും വിളകൾ വിപണനം ചെയ്തും കൈത്തൊഴിലുകളിലേർപ്പെട്ടും ആദിവാസി ഗോത്രങ്ങൾക്കു സ്വയം വളരാനൊരു പദ്ധതി. ഇപ്പോൾ എഴുപതേക്കർ കൃഷിയിടമുണ്ട് ഗോത്രത്തിന്. ഒരു ഗിരിജന വിദ്യാലയവും നാട്ടു ചികിത്സാലയവും പശുവളർത്തൽ കേന്ദ്രവും ഗോത്രം നടത്തുന്നുണ്ട്."

"ഗോത്രമാണ് ഞങ്ങളെ ബന്ധിച്ചത്." മാര അയവിറക്കി. "സെമിനാർ കഴിഞ്ഞതും ഞങ്ങൾ ഏഴെട്ടു ചെറുപ്പക്കാർ ആവേശത്തോടെ ഗോത്രം യാഥാർത്ഥ്യമാക്കാൻ ഒരുക്കമാണെന്നു പറഞ്ഞു. അതു കേട്ടതും മാഷ് പറഞ്ഞു: "മണ്ണിന്റെയും മനുഷ്യന്റെയും തനിമ കാത്തുസൂക്ഷിച്ചു

വേണം ഗോത്രം പടുത്തുയർത്താൻ. നിങ്ങളിതിന് ഒരുക്കമെങ്കിൽ നമുക്ക് ഒരുമിച്ചു നീങ്ങാം.." അതായിരുന്നു തുടക്കം.

ബസ് ആനക്കെട്ടിയിലെത്തി നിന്നു. ഇനിയങ്ങോട്ടു ജീപ്പിലാണ് യാത്ര.

ജീപ്പിന്റെ പിന്നിലിരുന്നു യാത്രതുടരവെ, മാര പറഞ്ഞു: "ഇവിടെ സ്കൂളില് മാഷായിരുന്നു, അച്ഛൻ. മുഡുഗർക്കിടയിലെ ആദ്യ പഠിപ്പുകാരൻ. അതിന്റെ ദോഷോം കുറച്ചൊക്കെ അച്ഛനുണ്ടായിരുന്നു."

ജീപ്പ് പൊടിപടലമുയർത്തി. മാര അതടങ്ങാൻ കാത്തിരുന്നു.

"അമ്മ മലമ്പനി പിടിച്ചു മരിച്ചേപ്പിന്നെ അച്ഛൻ പറയുമായിരുന്നു: നീ നഗരത്തില് പോയി പഠിച്ച് കോളേജിലെ ടീച്ചറാവണം. എന്നിട്ട് നമ്മൾ രണ്ടാൾക്കും ഈ ഊരുവിട്ട് നഗരത്തിൽ പോയി താമസിക്കണം."

ഊരിലെ ജീവിതത്തോട് അച്ഛന് അത്രയേറെ മടുപ്പു തോന്നിയിരുന്നു. ഊരിന്റെ പരിമിതികളായിരുന്നല്ലോ അമ്മയുടെ ജീവനപഹരിച്ചത്. അച്ഛനെപ്പോഴുമത് പറയുമായിരുന്നു. അതിനാവണം നഗരത്തിലെ ഹോസ്റ്റലുകളിൽ നിർത്തി അച്ഛൻ പഠിപ്പിച്ചെ. പഠിപ്പ് പൂർത്തിയാക്കി മടങ്ങിവരുംവരെ വീട്ടിൽ അച്ഛൻ തനിച്ചായിരുന്നു. പക്ഷേ നഗരജീവിതം എന്റെ മനസിൽ വീഴ്ത്തിയത് കുറെ പൊയ്മുഖങ്ങൾ മാത്രമായിരുന്നു.

"അച്ഛൻ?" ഹേമ മുഖമുയർത്തി.

"പഠിപ്പ് കഴിഞ്ഞു വന്നതും വൈകാതെ മരിച്ചു," അവളുടെ ഒച്ചയിടറി.

"സ്ട്രോക്കായിരുന്നു."

കുറച്ചുനേരത്തെ മൗനത്തിനുശേഷം അവൾ ഹേമയെ നോക്കി:

"അച്ഛൻ എന്നെ തനിച്ചാക്കിപ്പോയ ഒഴിവിലേക്കാണ് മാഷ് കടന്നു വന്നത്.."

ജീപ്പ് മലമ്പാതയുടെ ഓരം ചേർന്ന് കിതപ്പടക്കി. "നമുക്കിവിടെ ഇറങ്ങാം."

മാര പറഞ്ഞു. "ഇനി ഇത്തിരി കേറ്റമാണ്."

"ജീപ്പ് പിന്നാലെ വരട്ടെ. ഗോത്രത്തിന്റെ കൃഷിയിടങ്ങൾ കണ്ടു നടക്കാം. ഇവിടത്തെ ഓരോ പുൽനാമ്പിലും മണൽത്തരിയിലും മാഷെ കാണാം. മാഷാണ് ഗോത്രം."

ആറ്

ഗോത്രത്തിന്റെ രാമച്ചച്ചുമരിലാണ് രാജീവന്റെ ചിത്രം കണ്ടത്. ഗോത്രം ട്രൈബൽ സ്കൂളിലെ കുട്ടികളോടൊപ്പം രാജീവൻ. അരികെ മാരയും ബസവനും രമേശനും വേറെ നാലഞ്ചു ചെറുപ്പക്കാരും. രാജീവന് എന്തൊക്കെയോ മാറ്റങ്ങൾ വന്നിരിക്കുന്നു. നെറ്റിയിൽ മുടി ലേശം

കേറിയിരിക്കുന്നോ? മേൽമേശയ്ക്കു കരുത്തു കൂടിയോ? ഹേമ കണ്ണെടുക്കാതെ നോക്കിനിന്നു.

ഗോമസിനോട് മാനസികമായി അകന്ന ആ രാത്രിയിൽ ഓർമയുടെ അബോധതലങ്ങളിൽ കാത്തുനിന്നത് ഇതേ രാജീവനായിരുന്നില്ലേ? ആറേഴുനാൾ നീണ്ട തിരക്കേറിയ ബിസിനസ് ടൂർ കഴിഞ്ഞ് നാൻസി ഷീൽഡിനൊപ്പം ഗോമസ് മടങ്ങിയെത്തിയ രാത്രി. ഒരുമിച്ചിരുന്ന് അത്താഴം കഴിച്ച് മടങ്ങിയിരുന്നു നാൻസി. ന്യൂയോർക്ക് യൂണിവേഴ്സിറ്റിയിൽ ഇക്കോ ഫെമിനിസത്തിൽ ഗവേഷണം നടത്തുകയായിരുന്നു നാൻസി. ഗോമസിന്റെ ഭ്രാന്തിനു വഴങ്ങിയാണ്, ഗവേഷണം പാതിവഴിയിലാക്കി ഓഫീസ് സെക്രട്ടറിയായി അവൾ വന്നത്. ഗോമസിന് അത്രയ്ക്കു കമ്പമായിരുന്നു അവളിൽ. അത്താഴത്തിന് ഒരുമിച്ചിരിക്കുമ്പോഴും കമ്പനി ലക്ഷ്യം പിന്നിടുന്നതിനെക്കുറിച്ചും ബിസിനസ് ഡൈവേഴ്സിഫൈ ചെയ്യുന്നതിനെക്കുറിച്ചും അവളോടു മന്ത്രിച്ചിരിക്കുകയായിരുന്നു ഗോമസ്.

ബോസിന്റെ അബ്നോർമാലിറ്റികൾക്കു മുന്നിൽ മുയൽക്കുഞ്ഞിനെപ്പോലെ ഇരുന്നുകൊടുക്കുമ്പോഴും ഹെഡ്ഫോണിൽ ഏതോ പിയാനിസ്റ്റിന്റെ സോളോയിലായിരുന്നു അവളുടെ ശ്രദ്ധ.

പപ്പയുടെ മരണത്തോടെയാണ് ഗോമസ് നഷ്ടപ്പെട്ടു തുടങ്ങിയത്. ആറു വർഷം മുമ്പ്, നഗരപ്രാന്തത്തിലെ മരുന്നു നിർമാണ കമ്പിനിയുടെ മുഴുവൻ ചുമതലകളും ഗോമസിന്റെ ചുമലിൽ വച്ചാണ് പപ്പാ പോയത്. തുടക്കത്തിൽ ബിസിനസിൽ കമ്പമുണ്ടായിരുന്നില്ല, ഗോമസിന്. പപ്പാ ഒഴിഞ്ഞുപോയ കസേരയിലെത്തിയതോടെ ഗോമസ് മാറിത്തുടങ്ങി.

യാത്രകൾക്കും കോൺഫ്രൻസുകൾക്കുമായി ജീവിതം പങ്കുവയ്ക്കുമ്പോഴും ഉറക്കറയ്ക്കുള്ളിലെ സ്നേഹപ്രകടനങ്ങൾക്കായി ബോസിന്റെ സമയം നീക്കിവയ്ക്കാൻ മറന്നില്ല; നാൻസി ഷീൽഡ്. ഗോമസിന്റെ തിരക്ക് ഭ്രാന്ത് പിടിപ്പിക്കുകയായിരുന്നു.

ഒടുവിലത് തുറന്നുപറഞ്ഞു: "ഗോമസ് എനിക്കു നിങ്ങളെ നഷ്ടപ്പെടുന്നു. പോയ്പ്പോകുന്നത് നമ്മുടെ ജീവിതമാണ്."

അപ്പോഴെല്ലാം ഗോമസ് സൗമ്യനായി പറയും: "പുരാണങ്ങളിലെ അശ്വമേധങ്ങളെക്കുറിച്ച് കേട്ടിട്ടില്ലേ, ഹേമാ? ബിസിനസ് ലോകത്താണത് ശരിക്കും നടക്കണതെന്ന് പപ്പാ മരിച്ചേപ്പിന്നെയാണെനിക്ക് ബോധ്യമായത്."

ഉറക്കറയ്ക്കുള്ളിൽ ലാമിനേറ്റു ചെയ്തു വച്ചിരുന്ന കമ്പനിയുടെ പുരോഗതിയുടെ ഗ്രാഫിൽ ചൂണ്ടി ഗോമസ് പറഞ്ഞു: "ഹേമാ, ഊണിലും ഉറക്കത്തിലും എനിക്കിതേയുള്ളൂ ചിന്ത."

"ഇതൊക്കെ ആർക്കുവേണ്ടി, ഗോമസ്," അവൾ ഒച്ചയുയർത്തി. "നമ്മുടെ മക്കൾക്കോ അതോ അവര്ടെ മക്കൾക്കോ?"

ഗോമസ് ഉരിയാടിയില്ല. കുറച്ചുനേരം തല കുമ്പിട്ടിരുന്നു. പിന്നെ ഒന്നുംപറയാതെ എവിടേക്കോ കാറോടിച്ചുപോയി.

ബാത്ത് ടബ്ബിൽ വെള്ളം നിറച്ചു കഴുത്തൊപ്പം താണുകിടന്നു. മനസും ശരീരവുമൊന്നു തണുപ്പിക്കാൻ. മ്യൂസിക് ചാനലിൽ മൊസാർട്ടിന്റെ സംഗീതവും ഒഴുകിവന്നു. രാത്രി ഇരുണ്ടിട്ടും ഗോമസ് വന്നില്ല. കാത്തിരുന്നു. പാതിരാത്രി കഴിഞ്ഞപ്പോൾ ഫോൺ ചിലച്ചു. നാൻസിയായിരുന്നു.

ഗോമസ് എങ്ങും പോയിട്ടില്ല. അവളോടൊപ്പമുണ്ടെന്ന് പറയാൻ. അവളുടെ കിടപ്പറയിൽ എന്നവൾ പറഞ്ഞില്ല. നന്ദി.

മേശയുടെ വലിപ്പു തുറന്ന് എത്ര ഗുളികകൾ വിഴുങ്ങിയെന്നറിയില്ല. നിദ്രയുടെ പവിഴമുത്തുകൾ. സുഷുപ്തിയുടെ ആഴങ്ങളും കടന്ന് തനിച്ചങ്ങനെ യാത്ര പോവുകയായിരുന്നു.

ഇരുൾ വീണ തുരങ്കത്തിലൂടെ അപ്പൂപ്പൻതാടി കണക്കെ. എത്ര ദൂരം പോയെന്നറിയില്ല. ദൂരെ ദീപ്തിയുടെ അഴിമുഖത്ത് രാജീവൻ കാത്തുനിന്നിരുന്നു. അപ്പോൾ രാജീവന് ഇതേ മുഖമായിരുന്നില്ലേ? പ്രകാശഗോപുരങ്ങളുടെ വാതായനങ്ങൾ തുറന്ന് രാജീവൻ വിളിച്ചു: "ഹേമ, വരൂ.. എത്ര നേരമായെന്നോ നിന്നെയും കാത്ത് ഞാനിവിടെ.."

എപ്പോഴോ കണ്ണുതുറന്നപ്പോൾ ആശുപത്രി കിടക്കയിലായിരുന്നു. അരികെ ഗോമസും ഡോ. വാട്സനും മറ്റാരൊക്കെയോ.

ഗോമസിന്റെ മിഴികളിൽ ഈർപ്പം പടർന്നിരുന്നു. തനിച്ചായപ്പോൾ ഗോമസ് പരിഭവം പറഞ്ഞു: "ഇറ്റ് വോസ് റ്റൂ മച്ച്. തന്റെ പുനർജന്മമാണിത്." ആശുപത്രീല് എത്തിക്കുമ്പോഴേക്ക് സത്യത്തിൽ ക്ലിനിക്കൽ ഡെത്ത് മിക്കവാറും സംഭവിച്ചിരുന്നു. ഡോ. വാട്സനും ദൈവത്തിനും നന്ദി.

ഗോമസ് പറയുന്നതിലായിരുന്നില്ല ശ്രദ്ധ. കണ്ണുകൾ ആരെയോ തിരയുകയായിരുന്നു.

"ഗോമസ് രാജീവനെവിടെ? ഇത്രനേരവും രാജീവനിവിടെ ഉണ്ടായിരുന്നല്ലോ?"

ഗോമസ് പകച്ചുനിന്നു.

മാര അരികെ വന്നതറിഞ്ഞില്ല. അവളും ചിത്രത്തിൽ നോക്കി നിൽക്കുകയാണ്.

"മാഷ് കണ്ടില്ല, ഈ ചിത്രം," അവൾ പറഞ്ഞു. "സ്റ്റുഡിയോവിൽ നിന്നു കിട്ടിയപ്പോഴേക്കും മാഷ് പൊയ്ക്കഴിഞ്ഞു."

വൈകിട്ട് ഗോത്രമുറ്റത്തെ തമ്പകത്തണലിൽ അവൾ അരികെ വന്നിരുന്നു. പൊന്നാവിരാം പൂക്കൾ നിറമണിഞ്ഞ കുന്നിന്റെ ചരിവിൽ നോക്കിയിരിക്കെ അവൾ പറഞ്ഞു: "ങാ പറഞ്ഞില്ലല്ലോ, മാഷ് ഒടുവിൽ ജോലി

ഉപേക്ഷിച്ചു. മുഴുവൻ സമയം ഗോത്രത്തിനു നീക്കിവയ്ക്കാൻ."

അമ്പകത്തിന്റെ ഇലകൾക്കിടയിലൂടെ ചെറിയൊരു ശീതക്കാറ്റുലഞ്ഞു. മനസിലെവിടെയോ അവശേഷിക്കുന്ന വിങ്ങൽ. രാജീവൻ എവിടേക്കാണ് പോയത്? ഗോത്രത്തിനു വേണ്ടി ജോലി ഉപേക്ഷിച്ച രാജീവൻ ഇവിടംവിട്ടു പോകാനുണ്ടായ കാരണം?

അതേക്കുറിച്ചു ചോദിച്ചതും മാര പറഞ്ഞു: "വാ നമുക്കാ വയൽവരമ്പിലൂടെ നടക്കാം."

ഞാറ്റോലകൾക്കിടയിലൂടെ നടക്കുന്നതിനിടയിൽ മാര മൗനം ഭേദിച്ചു: "ഒന്നും ഞാനറിഞ്ഞിരുന്നില്ല. ബസവനും രമേശനും മനസിലെന്തോ ആശയം തോന്നി. അവരത് മാഷോടു തുറന്നു പറഞ്ഞു." ഒരു നെടുവീർപ്പിനു ശേഷം അവൾ സ്വയം പറഞ്ഞു: "ഒന്നും വേണ്ടിയിരുന്നില്ല."

മാരയ്ക്കു തുണയാവണമെന്ന് ബസവനും രമേശനും മാഷോടു പറഞ്ഞു. മാര പഠിച്ചവളാണല്ലോ. മാഷ് ഒറ്റത്തടി. അച്ഛൻ ഇല്ലാതായതോടെ മാരയും തനിച്ച്. ഗോത്രത്തെ നയിക്കാൻ മാഷും മാരയും ഒരുമിക്കുന്നതല്ലേ നല്ലതെന്ന് ബസവനും രമേശനും ചിന്തിച്ചു. അവരത് പരസ്പരം പറഞ്ഞു. എല്ലാവർക്കും അതിനോടു താൽപ്പര്യം. ഒടുവിലത് രാജീവനോടു സംസാരിക്കാൻ ബസവനേയും രമേശനേയും ഏർപ്പാടാക്കി.

"വൈകിട്ട് ഇതുപോലൊരു മൂവന്തി നേരം," മാര പറഞ്ഞു: "ഈ വയൽവരമ്പത്തൂടെ ഒരുമിച്ചു നടക്കാൻ മാഷ് വിളിച്ചു. ഒന്നും മിണ്ടാതെ കുറച്ചുനേരം മാഷ് ഒപ്പം നടന്നു. ഒടുവിൽ നടവരമ്പുകൾ കൂടിച്ചേരുന്നിടത്ത് എത്തിയതും മാഷ് നിന്നു. 'നീ ബസവനോടെന്തെങ്കിലും പറഞ്ഞോ? മാഷ് ചോദിച്ചു. 'നിന്റെ ഇഷ്ടത്തോടെയാണോ അവരങ്ങനെ ചോദിച്ചത്?"

ഞാനതിനു മറുപടി പറഞ്ഞില്ല. എന്തു പറയണമെന്നെനിക്കറിയില്ലായിരുന്നു. പിന്നെ നടത്തം മെല്ലെയാക്കി. കുറച്ചുനേരം കഴിഞ്ഞ് മാഷ് പറഞ്ഞു: "എനിക്കിഷ്ടമാണ് നിന്നെ. പക്ഷേയത്.."

മാഷ് വല്ലാതെ വിവശനായിരുന്നു. രാത്രി മുഴുവൻ ഉറങ്ങാതെ കമ്പ്യൂട്ടറിന്റെ മുന്നിലായിരുന്നു. പിറ്റേന്ന് ഉച്ചയോടെ എവിടേക്കോ പുറപ്പെട്ടു. മടങ്ങിവരാൻ കുറച്ചുവൈകും. ഗോത്രത്തിന്റെ കാര്യങ്ങൾ ചിട്ടയോടെ നോക്കണം എന്നുമാത്രം പറഞ്ഞു. ആഴ്ചകൾ പലതുകഴിഞ്ഞു. ഒടുവിൽ ജ്വാലാമുഖീന്നൊരു കത്തുവന്നു. ഹിമാലയത്തിലെവിടെയോ ഏതോ യാത്രിക സംഘത്തോടൊപ്പം യാത്രയിലാണെന്നു മാത്രം."

ഏഴ്

ബാഗിൽ എല്ലാം അടുക്കിക്കഴിഞ്ഞാണറിഞ്ഞത്. മാര ചായയുമായി അരികെ വന്നു നിൽക്കുന്നു. "പുറപ്പെടുകയായോ, ഇത്ര പുലർച്ചെ?"

അവൾ ചോദിച്ചു.

“പോണം.” അവൾ ചായക്കപ്പ് ഏറ്റുവാങ്ങി.

“എറണാകുളത്താവുമ്പോ ആനക്കെട്ടീച്ചെന്ന് കോയമ്പത്തൂർ വഴി ട്രെയിനിൽ പോവുന്നതാവും ബുദ്ധി,” മാര പറഞ്ഞു. “ഇല്ലേല് കൂടെക്കൂടെ ഇന്റർ സ്റ്റേറ്റ് ബസ് സർവീസൊണ്ടാവും, കോയമ്പത്തൂർന്ന്.”

അവൾ ചായ ഒരു കവിൾ കുടിച്ചു.

പുലരിത്തണുപ്പ് മാറിയിട്ടില്ല. ചുടുചായ ഉള്ളിലൂടെ അരിച്ചിറങ്ങുന്നത് അറിയാനാവുന്നുണ്ട്. തണുപ്പ് രോമകൂപങ്ങൾ തോറും.

“ആനക്കെട്ടീന്ന് രാവിലെ ജീപ്പുണ്ട്, കോയമ്പത്തൂർക്ക്, കെ കെയ്ക്കുള്ള ആളെ കേറ്റി പോണത്.” മാര പറഞ്ഞു. “വൈകുന്നേരത്തോടെ കൊച്ചീലെത്താം. അവിടെയാരോ കാത്തിരിക്കുകയല്ലേ?”

രാത്രി വളരെ വൈകിയാണ് രാവുണ്ണി നായർ പറഞ്ഞയച്ച ആൾ നിലീനയുടെ സന്ദേശവുമായി വന്നത്. സെൽഫോണിൽ കിട്ടാഞ്ഞിട്ടാവണം അതിഥി മന്ദിരത്തിലേക്കു നിലീന ഫോണിൽ അറിയിക്കുകയായിരുന്നു.

– ഗോമസ് സ്റ്റേറ്റ്സിൽ നിന്നു വന്നിരിക്കുന്നു. ഫോർട്ടു കൊച്ചിയിലെ വസതിയിൽ കാത്തിരിക്കുന്നു.

അവൾ ചായ കുടിച്ചു തീർത്തു.

“മാരാ” അവൾ വിളിച്ചു. ഒഴിഞ്ഞ ട്രേയുമായി അകത്തേക്കു പോകുകയായിരുന്ന മാര തിരിഞ്ഞു നിന്നു.

“ജീപ്പും കാറുമൊന്നും ഏർപ്പാടാക്കണ്ട. കഴിയുമെങ്കിൽ എനിക്കൊരു ഉപകാരം ചെയ്യാമോ?”

മാര അരികത്തേക്കു വന്നു.

“രാജീവൻ.. എവിടെയുണ്ടെന്ന് നിശ്ചയമുണ്ടെങ്കിൽ ഒന്നുപറഞ്ഞു തരൂ. ജ്വാലാമുഖീന്ന് എവിടേയ്ക്കാവും പോവാനിട?”

മാര അകലെ എവിടേക്കോ നോക്കിനിന്നു.

പിന്നെ ഇടനാഴിയിലേക്കു നടക്കുന്നതിനിടെ മൃദുവായി ക്ഷണിച്ചു: “വരൂ.”

വായനാമുറിയിലെ ചുമരലമാരയുടെ നേർക്കാണവൾ നടന്നത്.

“എവിടെയാണെന്ന് അറിഞ്ഞേ തീരൂ?”

അവൾ ഹേമയുടെ നേർക്കു നോക്കി.

“അറിയണം, അറിയണമെനിക്ക്,” ഭ്രാന്തമായ ആവേശത്തോടെ അവൾ പറഞ്ഞു.

ചുമരലമാരയുടെ ചില്ലു നീക്കി, *ഭഗവത്ഗീത*യുടെ പുറംചട്ടയ്ക്കുള്ളിൽ നിന്നു നാലായി മടക്കിയൊരു കടലാസെടുത്ത് മാര നീട്ടി.

“ഒടുവിൽ യാത്രാ സംഘത്തിൽ നിന്നു കിട്ടിയ വിവരമിതാണ്,” ഹേമയുടെ വിരലുകൾക്കിടയിൽ സന്ദേശം വിറയാർന്നു.

"റിഗ്രറ്റ്സ്.." രാജീവൻ ഈസ് മിസ്സിങ്.. സെർച്ച് ഈസ് ഗോയിങ് ഓൺ... രാജീവനെ കാണാതായിരിക്കുന്നു. മഞ്ഞുപാളികൾക്കിടയിലെ വിടെയോ തിരച്ചിൽ തുടരുന്നു...

"ഇപ്പഴും കാത്തിരിക്കുകയാണ് ഞാൻ," മാര ഒരു തേങ്ങലിന്റെ ചുഴിയിലകപ്പെട്ടു. "ഇല്ലാതായീന്ന് കരുതാനാവണില്ലെനിക്ക്." ചുമരലമാരയ്ക്കരികിലെ ചൂരൽക്കസേരയിലേക്കവൾ കുഴഞ്ഞു വീണു.

ഹേമ സന്ദേശം നാലായി മടക്കി *ഭഗവത്ഗീത*യുടെ പുറംചട്ടയ്ക്കുള്ളിലൊളിപ്പിച്ചു.

ജാലകപ്പഴുതിലൂടെ ഒരു വെയിൽനാളം മാരയുടെ നേർക്കുപതിച്ചു. എണ്ണക്കറുപ്പാർന്ന അവളുടെ കവിളിൽ അത് നിഴൽച്ചിത്രങ്ങൾ വരച്ചു.

www.ingramcontent.com/pod-product-compliance
Lightning Source LLC
LaVergne TN
LVHW060421051026
849518LV00007B/2653
* 9 7 8 8 1 2 6 2 0 7 5 4 1 *